E-Z DICKENS SIÊU ANH HÙNG: SÁCH THỨ BA:

PHÒNG ĐỎ

Cathy McGough

Stratford Living Publishing

ĐỌC GIẢ NÓI GÌ

"Đây là một câu chuyện thật sự thú vị với rất nhiều điều xảy ra. Tôi rất thích tính cách của các nhân vật, đặc biệt là EZ. Gia đình của anh ấy thật đặc biệt, và tôi thực sự yêu thích căn phòng trắng. Thực sự, tôi nghĩ mình cần một căn phòng trắng cho riêng mình và sức mạnh mới mà EZ được ban tặng vào cuối cuốn sách - tôi không muốn tiết lộ gì nhưng, ý tôi là, thật tuyệt vời. Là một game thủ, tôi rất thích cốt truyện. Ngoài trò chơi, tôi cũng thấy ý tưởng về những kẻ bắt hồn rất độc đáo và thú vị. Cái kết!! Ôi trời ơi. Tôi phải đọc phần tiếp theo để xem mọi chuyện sẽ ra sao."

TOC

Dành riêng	IX
TRÍCH DẪN	XI
LỜI MỞ ĐẦU	XIII
1	1
2	8
3	10
4	13
5	17
6	28
7	46
8	48
9	51
10	55
11	58
12	60

13	66
14	72
15	76
16	81
17	84
18	92
19	104
20	109
21	116
22	125
23	146
24	156
25	162
26	169
27	172
28	179
29	191
30	199
31 END	203
E-Z 3 XONG	215
Cathy	217

Đối với những ai tin tưởng...

"Một anh hùng là một người bình thường tìm thấy sức mạnh để kiên trì và chịu đựng dù phải đối mặt với những trở ngại vô cùng lớn."

Christopher Reeve

LỜI MỞ ĐẦU

Hai năm đã trôi qua, và ngày 1 tháng 12 đã đến, sinh nhật lần thứ mười lăm của E-Z. Mặc dù trời lạnh giá buốt, và những bông tuyết đang bay lả tả xung quanh, anh và gia đình cùng bạn bè vẫn quyết tâm tổ chức tiệc sinh nhật ngoài trời, nơi họ đã chuẩn bị một đống lửa trại để sưởi ấm và một bữa tiệc nướng.

Giờ đây, khi Samantha và Sam đã kết hôn, gia đình Dickens càng bận rộn hơn. Không bao giờ có khoảnh khắc nhàm chán khi bạn bè đến thăm.

Lễ cưới của Sam và Samantha là một buổi lễ nhỏ, diễn ra tại Văn phòng Đăng ký. Lia là phù dâu, E-Z là phù rể, và Alfred, con thiên nga trumpet, là người mang nhẫn.

Lia đã trêu chọc Alfred vì anh mặc một chiếc cà vạt nơ màu xanh navy và không mặc gì khác. Alfred không hề bối rối trước sự chú ý này, vì anh biết mình đang ở trong số những người nổi tiếng, như các cựu Thủ tướng Anh.

"Nếu ông Winston Churchill vĩ đại cho rằng cà vạt nơ là đủ tốt cho ông ấy, thì nó cũng đủ tốt cho tôi!" Alfred nói.

"Ông ấy còn hút một điếu xì gà to đùng!" E-Z nói. 'Tôi hy vọng anh không định bắt đầu hút loại đó.'

Lia cười khẽ.

"Thịt bò đã sẵn sàng!" Sam gọi. 'Nếu ai thích ăn tái, hãy đến lấy ngay.'

Chỉ có Samantha bước tới với đĩa sẵn sàng. 'Con trai anh thèm ăn tái hôm nay,' cô nói, vỗ nhẹ vào bụng.

"Con trai muốn gì, nó sẽ được," Sam nói, đặt miếng bít tết lên đĩa của vợ. Cô chọc vào giữa miếng thịt trong khi chồng thêm một củ khoai tây nướng và vài sợi măng tây bên cạnh.

Samantha nhai măng tây trong khi đi về phía bàn picnic. Cô đã lên kế hoạch sinh nhật cho E-Z một cách hoàn hảo và dành nhiều thời gian trang trí bàn ăn với những vật dụng mang chủ đề "Chúc mừng sinh nhật". Cô ngồi xuống, cắt khoai tây nướng làm đôi, rồi thêm kem chua, hành lá, bơ và vài hạt muối.

E-Z, Lia, Alfred, PJ và Arden vẫn ở lại vì gần lò sưởi ấm hơn. Chú Sam không thích mọi người lảng vảng khi ông đang nướng thịt, nên họ tránh xa. Hơn nữa, tất cả đều thích thịt chín kỹ và điều đó cũng cho họ cơ hội trò chuyện riêng tư và cập nhật tin tức.

"Cậu nghĩ sao về trang web Siêu Anh Hùng của chúng ta?" E-Z hỏi.

PJ và Arden nhìn nhau rồi nhún vai.

"Thôi nào," E-Z nói. "Các cậu thực sự nghĩ sao về nó? Tôi biết các cậu đã xem trang web, vì chú Sam đã giúp tôi xem dữ liệu. Tôi không ngờ chúng ta có thể tìm ra nhiều thông tin như vậy, chẳng hạn ai đang truy cập trang web, họ ở lại bao lâu, họ đang xem gì. Và tôi nhận ra địa chỉ IP của các cậu. Vậy, hãy nói cho tôi biết ý kiến của các cậu?"

"Sự thật hoàn toàn? Không giấu diếm gì sao?" PJ hỏi.

"Sự thật tàn nhẫn?" Arden thêm vào.

"Đúng vậy," E-Z khuyến khích. Anh hạ giọng thì thầm. "Chú Sam đã làm rất tốt. Tuy nhiên, chúng ta không nhắm đúng đối tượng mục tiêu vì chúng ta hầu như không có lưu lượng truy cập. Ngoài hai cậu và một địa chỉ IP ở Pháp, chúng ta hầu như không có lượt truy cập nào.

"Một vài người, như hai người, đã quay lại xem trang web vài lần, nhưng họ không ở lại lâu. Uncle Sam đề nghị có lẽ chúng ta nên bắt đầu một bản tin, yêu cầu mọi người đăng ký và gửi cập nhật cho họ, nhưng tôi không biết. Mọi người đều làm bản tin ngày nay và nó có vẻ như rất nhiều công việc. Uncle Sam cho tôi xem anh ấy đã đăng ký khoảng năm mươi bản tin!"

"Về các yêu cầu giúp đỡ – đây chính là lý do chúng tôi tạo ra trang web – cho đến nay, tất cả những gì chúng tôi được yêu cầu làm đều là những việc mà các cơ quan chức năng địa phương như cảnh sát và cứu hỏa xử lý. Tôi không thích ý tưởng chúng tôi phải vội vàng cứu một con mèo trên cây, rồi đội cứu hỏa phải đến với trang thiết bị đầy đủ để làm cùng một việc. Điều đó không hiệu quả cho họ và cho chúng tôi. Và thật xấu hổ khi họ đến đúng lúc chúng tôi vừa hoàn thành công việc. Thời gian của họ rất quý giá – họ cứu người mỗi ngày. Nếu bạn hiểu ý tôi, điều đó thật thiếu tôn trọng. Họ đang cứu người và luôn sẵn sàng 24/7.

"Tôi nghĩ chúng ta cần yêu cầu những việc nằm ngoài phạm vi của họ, để không lãng phí thời gian của họ hoặc làm công việc của họ khó khăn hơn. Xin lỗi vì đã nói dài dòng, nhưng khi nghĩ đến tất cả những gì họ đã làm sau vụ tai nạn của bố mẹ tôi..."

PJ và Arden cúi sát lại và thì thầm. Họ không muốn làm tổn thương cảm xúc của Sam – dù sao họ cũng không phải chuyên gia – hay risk anh ấy nghe thấy và làm cháy khét miếng bít tết của mình.

"À, chúng tôi hoàn toàn hiểu ý bạn," PJ nói. 'Hơn nữa, cảnh sát và lính cứu hỏa là dịch vụ thiết yếu, và họ được trả lương để cứu người. Còn các bạn là tình nguyện viên.'

"Vậy, trang web của họ và sự hiện diện trực tuyến trên mạng xã hội cần khác với của các bạn," Arden nói. "Họ có nhiều nhân viên ở nhiều cấp độ để duy trì và cập nhật mọi thứ."

"Trong khi trang web của các anh cần thứ gì đó mang phong cách siêu anh hùng – nếu từ đó tồn tại – và ít mang tính doanh nghiệp hơn. Hãy nhìn vào một số trang web được thiết kế cho họ – và họ là những nhân vật hư cấu. Hãy tưởng tượng chúng ta có thể làm gì nếu theo gương họ," Arden nói.

"Như thế nào? Tôi biết các anh có ý tưởng, vậy hãy chia sẻ đi," E-Z nói.

"Well, như bạn có thể đoán, chúng tôi đã brainstorming giữa hai người. Và chúng tôi đã tạo ra một trang web demo – nó chưa hoạt động và sẽ không hoạt động cho đến khi bạn phê duyệt – về những gì trang web của bạn có thể trông như thế nào. Nó ở trên điện thoại của tôi. Hãy xem và nghĩ về những khả năng này, vì chúng tôi đã làm điều này khá nhanh." PJ nhấn nút bắt đầu. Ba người cúi sát màn hình.

Trên màn hình đầu tiên là dòng chữ: "Chào mừng đến với trang web Siêu anh hùng của The Three." Sau đó, hình ảnh zoom vào E-Z dưới dạng hoạt hình. Anh đang ngồi trên xe lăn như thường lệ, mặc áo thun đen, quần jean xanh và đôi giày thể thao.

E-Z vuốt tóc khi thấy sợi tóc đen ở giữa mái tóc vàng trông như chổi lông. Anh chưa bao giờ quen với điều đó.

"Đó là gì trên áo, quần jean và giày của tôi? Đó là logo sao? Và làm sao các cậu biến tôi thành hoạt hình?"

"Đúng, đó là logo. Chúng tôi nghĩ cánh thiên thần trông cool và phù hợp," Arden nói.

"Chúng tôi dùng ứng dụng để biến cậu thành hoạt hình," PJ nói. "Chúng tôi đã chỉnh sửa cánh tay của cậu. Hy vọng không quá lố."

E-Z nhìn kỹ hơn khi phiên bản hoạt hình của mình khoanh tay. Bây giờ, cánh tay trên của anh trông khá to và cơ bắp, khiến anh chú ý. Mặt anh ửng hồng. Anh trông như một kẻ khoe khoang, một kẻ giả tạo. Bạn bè anh thật sự nghĩ anh trông đẹp hơn như thế này sao? Anh rùng mình khi đôi cánh của E-Z trên màn hình xuất hiện. Anh lơ lửng trong không trung và chỉ tay.

Đây là lần đầu tiên Lia xuất hiện. Cô cũng đến dưới dạng hoạt hình. Lia mặc một bộ jumpsuit tím từ đầu đến chân, kèm theo một chiếc váy tutu. Tóc vàng của cô được buộc gọn gàng thành đuôi ngựa, và trên mắt cô là một cặp kính râm tím. Cô trông năng động, thân thiện và đáng yêu khi bước ngang qua màn hình. Cô quay lại, dừng lại như một người mẫu trên sàn catwalk và tạo dáng.

E-Z khịt mũi; anh không thể kìm được.

"Thôi, ít ra tôi không trông như một kẻ giả vờ với cơ bắp giả!" cô nói.

E-Z không bình luận.

Lia hoạt hình giơ hai tay về phía trước, lòng bàn tay hướng xuống đất. Rồi, voila, cô xoay chúng lại. Mắt trái trong lòng bàn tay mở ra, tiếp theo là mắt phải. Cả hai nháy mắt cùng lúc. Lia giữ tư thế, rồi huýt sáo qua các ngón tay.

"Ước gì mình có thể làm được như vậy!" cô nói, cố gắng bắt chước phiên bản hoạt hình của chính mình.

E-Z huýt sáo.

"Khoe khoang," cô nói, huých nhẹ vào anh.

Bây giờ Little Dorrit xuất hiện trên màn hình. Cô ấy thanh lịch và nữ tính, trắng như tuyết. Con kỳ lân bay đến Lia, hạ cánh và cúi đầu để cô bé có thể vuốt ve nó. Lia nhảy lên, và Little Dorrit bay bên cạnh E-Z. Họ lơ lửng, rồi quay đầu.

Đây là lúc Alfred xuất hiện. Trong hình dạng hoạt hình, mỏ cam sáng của anh ta lấp lánh dưới ánh sáng. Điều này hoàn toàn trái ngược với chiếc nơ cổ màu đỏ táo của anh ta. Khi anh ta bước về phía Lia và E-Z, những ngón chân có màng của anh ta phát ra tiếng kêu như những chiếc mút hút.

"Chân tôi không phát ra tiếng đó!" Alfred nói.

"À, chúng có đấy," E-Z nói với nụ cười nhếch mép, trong khi Alfred trên màn hình dang rộng đôi cánh và bay sang bên cạnh hai đồng đội.

Ba người tạo dáng. E-Z ở giữa, đối diện với Lia bên trái và Alfred bên phải. Rồi điều đó xảy ra. Ba người – hay đúng hơn là Lia và E-Z – giơ ngón cái lên. Alfred thì làm động tác giơ cánh lên.

"Điều này thật xấu hổ," E-Z thì thầm với Alfred.

"Thật đấy!"

"Suỵt," Lia nói khi giọng nói trên màn hình vang lên. Đó là giọng của Arden, nhưng giọng anh trầm hơn. Anh nghe như một MC chương trình truyền hình.

"Nếu bạn cần một siêu anh hùng... E-Z, Lia và Alfred – còn được gọi là The Three – luôn sẵn sàng phục vụ bạn 24 giờ một ngày, 7 ngày một tuần. Gọi ***-***-**** hoặc gửi tin nhắn qua mạng xã hội.

Khi bạn cần ai đó giúp đỡ... Hãy gọi The Three. Họ sẽ có mặt ngay lập tức. Bạn có thể tin tưởng họ... vì họ là những người giỏi nhất bạn từng gặp. 24 giờ mỗi ngày, 7 ngày mỗi tuần... đảm bảo hài lòng."

"Và bây giờ là phần kết," Arden nói.

The Three khoanh tay trước ngực. Alfred gấp đôi đôi cánh.

"Uh, điều đó không thể xảy ra," Alfred nói.

"Shhhh," Lia nói.

Mỗi người lần lượt đưa cằm về phía trước, The Three tạo dáng.

PJ nhấn pause.

"Xét đến những gì bạn nói về thẩm quyền, chúng ta có thể cần thay đổi phần này," anh nói. Anh nhấn start.

"Không có công việc nào quá lớn hay quá nhỏ đối với chúng tôi!" Giọng nói máy tính của E-Z vang lên.

Sau đó, một vòng tròn ở giữa màn hình quay tròn, giống như Wi-Fi đang tìm tín hiệu. Từ "BAM!" xuất hiện trên màn hình. Tiếp theo là từ "SOCKO!"

Họ nhìn E-Z cứu một con mèo bị kẹt trên cây cao.

"Ôi trời," anh nói.

Giọng nói của nhân vật hoạt hình tiếp tục.

"Chúng tôi là Ba Người

Chúng tôi ở đây để giúp bạn!

Mèo bị kẹt trên cây...

Chúng tôi sẽ cứu nó cho bạn!"

E-Z được thấy đưa con mèo được cứu cho một gia đình.

"Ồ, điều đó chưa từng xảy ra," anh nói.

"Chúng tôi, ừm, đã thêm một chút sáng tạo," Arden thừa nhận.

"Chúng tôi có thể sửa bất cứ điều gì bạn không thích," PJ nói.

Bây giờ vòng tròn xuất hiện lại trên màn hình, quay vòng vòng. Khi nó dừng lại, màn hình đầy chữ BANG! Tiếp theo là chữ ZIP!

Trên màn hình, E-Z hoạt hình cứu một máy bay đầy hành khách. Khi anh hạ cánh máy bay, hàng trăm người quan sát trên đường băng vỗ tay.

"Đúng rồi, như vậy mới được," anh nói.

"Suỵt," Lia nói.

Trên màn hình, E-Z nói,

"Vì chúng tôi là bạn của các bạn!

Dịch vụ của chúng tôi miễn phí.

24/7

Vì chúng tôi là The Three!"

Vòng tròn lại xuất hiện, xoay tròn. Tiếp theo là BINGO! Và BAM!

Bây giờ cảnh giải cứu trên tàu lượn siêu tốc được tái hiện dưới dạng hoạt hình. Rất tuyệt vời. Chính xác đến mức họ có thể ngửi thấy mùi kẹo bông và caramel.

"Oh!" E-Z nói.

Lia vỗ tay.

Alfred lắc đầu từ bên này sang bên kia như vừa bị xịt nước lạnh.

"Em thích lắm!" Lia nói. "Và cảm ơn vì đã đưa màu yêu thích của em vào. Làm sao anh biết?"

"Em để ý thấy em mặc nó nhiều lắm," PJ nói. Má anh ửng hồng. "Em rất vui vì em thích nó."

"Anh nghĩ sao, E-Z?" Arden hỏi.

Alfred liếc nhìn về phía E-Z.

"Đó là...," E-Z nói, "uh... một nỗ lực tốt."

"Bữa tối đã sẵn sàng, đến ăn đi!" Sam gọi.

"Hãy để cậu bé sinh nhật đi trước," Samantha nói.

E-Z đi qua sân cùng Alfred.

"Nói về thời gian hoàn hảo," anh nói.

"Ừ, hai đứa đó vẫn còn ngốc nghếch," Alfred đáp.

"Nhưng lòng họ ở đúng chỗ. Đó là ý tưởng thông minh, chỉ hơi quá lố với chúng ta thôi."

"Hơi?" Alfred la lên.

"Được rồi, hơi nhiều, nhưng họ đã cố gắng. Chúng ta có thể giữ những gì thích và bỏ phần còn lại."

Khi mọi người đã có thức ăn, họ ngồi xuống bàn picnic và ăn. Bầu trời thay đổi, và những vì sao sáng lấp lánh bao phủ bầu trời xung quanh họ. Họ ăn no nê, rồi Samantha mang ra chiếc bánh sinh nhật cô đã nướng, và mọi người cùng hát "Chúc mừng sinh nhật!"

"Bài phát biểu! Bài phát biểu!" Arden nhắc nhở, và nhanh chóng mọi người cùng tham gia.

E-Z suy nghĩ một lúc.

"Cảm ơn mọi người đã làm sinh nhật thứ mười lăm của tôi trở nên đặc biệt. Tôi muốn dành một phút để nhớ về mẹ và bố, và chia sẻ với mọi người một kỷ niệm sinh nhật. Nếu mọi người đồng ý? Tôi hứa sẽ không trở nên sướt mướt."

Mọi người gật đầu.

Samantha, từ khi mang thai, luôn dễ xúc động. Dù là vui hay buồn, cô đều lau đi trước khi nước mắt rơi. "Em ổn mà," cô nói, khi Sam ôm vai cô.

"Đó là sinh nhật thứ năm của tôi. Tôi không muốn tổ chức tiệc, và xin được đi xem phim thay vào đó. Thay vì xem báo để biết có gì chiếu, chúng tôi quyết định đến rạp và chọn phim ngay tại chỗ. Dù sao thì họ cũng nói tôi được chọn vì là 'cậu bé sinh nhật'."

Anh nhắm mắt lại trong giây lát.

Anh ta trở lại khoảnh khắc đó tại rạp chiếu phim. Mẹ anh ta đang mặc một chiếc áo khoác parka nhiều lớp. Bà đeo tai nghe và xoa tay vào nhau như thường lệ. Mẹ anh ta luôn đeo găng tay và than phiền rằng ngón tay bà lạnh.

Bố anh ta mặc một chiếc áo khoác xanh dài đến đầu gối bên ngoài quần jean. Ông không thích đội mũ khi vào thành phố vì nó sẽ làm rối tóc. Tay ông không đeo găng tay. Chìa khóa được nhét vào túi áo khoác.

E-Z ngửi không khí. Anh có thể ngửi thấy mùi bắp rang bơ bên trong rạp chiếu phim, đang chờ họ vào và đặt mua.

Họ đang xem các poster.

"Cái kia thế nào?" mẹ anh nói.

"Không, E-Z thích cái kia hơn?" bố anh nói.

Anh mở mắt ra lần nữa.

Thay vì ở trong sân sau với gia đình và bạn bè, anh lại trở lại silo – lần nữa. Anh chưa từng quay lại đó kể từ khi các thiên thần phản bội thỏa thuận.

"Chúc mừng sinh nhật!" giọng nói trong tường reo lên.

Một tấm panel mở ra trên tường bên cạnh anh và một chiếc bánh cupcake nhô ra. Trên đỉnh có dòng chữ: "Chúc mừng sinh nhật, E-Z." Ở giữa là một ngọn nến đã được thắp sáng.

"Thưởng thức đi!" giọng nói nói, đặt dao và nĩa lên bàn bên cạnh anh.

"À, cảm ơn," anh nói. 'Tại sao tôi lại ở đây?'

"Thời gian chờ là bốn phút," giọng nói khó chịu nói. 'Xin vui lòng ngồi yên.'

Như thể anh có quyền lựa chọn.

1

Sinh nhật bị gián đoạn

E-Z không động vào chiếc bánh cupcake đang nằm trước mặt, dù trông nó vẫn ngon lành và thơm phức. Anh tự hỏi không biết chuyện gì đang xảy ra ở bữa tiệc của mình. Ít nhất anh cũng biết rằng họ không thể cắt bánh cho đến khi anh thổi nến và ước nguyện. Một bữa tiệc sinh nhật ở nhà mà anh còn không có mặt!

"Đưa tôi ra khỏi đây!" anh hét lên. 'Tôi đang bỏ lỡ tiệc sinh nhật thứ mười lăm của mình và tôi đang kể một câu chuyện.'

Mái của silo mở ra và Eriel lao về phía anh như một tia chớp trong cơn bão.

"Rất vui được gặp lại cậu, học trò cũ," anh ta nói.

"Cảm giác của tôi không như vậy. Tại sao tôi lại ở đây? Tôi nghĩ mình đã xong việc với lũ các người và hôm nay là sinh nhật tôi – tôi cần phải quay lại."

"Vâng, tôi xin lỗi vì đã đến muộn – nhưng chúng tôi không thể để sinh nhật của cậu trôi qua mà không ít nhất là chúc cậu một ngày vui vẻ."

"Ừm, cảm ơn, tôi nghĩ vậy."

"Và vì cậu đã ở đây, sao không tham gia vào chiếc bánh sinh nhật của mình? Và đừng quên ước một điều – anh sẽ cần mọi sự giúp đỡ có thể!" thiên thần nói với một nụ cười nhếch mép.

Bên cạnh E-Z, một cửa sổ mở ra, và một cánh tay cơ khí đưa ra cầm một que diêm đang cháy. Nó châm lửa vào bấc, rồi rút vào tường nhanh đến mức que diêm tắt ngóm. E-Z nhìn ngọn nến đang lay động. Anh tự hỏi câu nói cuối cùng có ý gì, nhưng đoán Eriel đang trêu chọc mình. Trí óc anh trống rỗng. Anh không thể nghĩ ra bất cứ điều gì để ước. Ngoài ra, anh đang ở nhà với bạn bè và gia đình đang tổ chức sinh nhật của mình. Khi anh thổi tắt ngọn nến, Eriel cất tiếng hát. Đó là một phiên bản sôi động của bài hát, "For he's a jolly good fellow, which nobody can deny."

"Không có ý gì đâu," E-Z nói, "Nhưng bạn phải hát 'Happy Birthday' chứ."

"Ý nghĩa mới là quan trọng," Eriel nói. 'Bây giờ, sau khi kết thúc phần sinh nhật của chuyến thăm, chúng tôi muốn biết, cậu đã giải được câu đố chưa?'

"Câu đố? Câu đố nào?"

"Đúng vậy, chúng tôi đã gợi ý cậu thử tìm ra mối liên hệ – trong những thử thách trước đây của cậu. Nhớ lúc chúng tôi nói không muốn cho cậu ăn sẵn không? Có may mắn gì không?"

"À, nó không seem like a priority or a riddle for me to solve, especially since you welched on your offer. But yes, I was writing in my notebook, making a record of things we've accomplished so far, and I did spot a couple of connections to gaming but they were purely coincidental."

"Coincidental! Chắc chắn không. Các sự kiện đó có liên quan – ai cũng có thể thấy điều đó!" Eriel nói, giữ giọng thấp để không mất bình tĩnh.

"À, xin lỗi, nhưng sự trùng hợp xảy ra mọi lúc. Bạn có biết bao nhiêu trẻ em chơi trò chơi điện tử không? Tôi đã tìm kiếm trên mạng. Theo số liệu năm 2011, 91% trẻ em từ 2 đến 17 tuổi chơi hàng ngày. Đó là khoảng 64 triệu trẻ em trên toàn thế giới."

"À, vậy anh đã tập trung vào vấn đề này. Tốt. Anh có phát hiện thêm gì không? Hay có lo ngại gì không? Có lý do gì để nghiên cứu thêm không – nghiên cứu là tốt. Tinh thần chủ động rất, rất tốt."

"Không. Tôi khá bận rộn với những việc khác – học hành và các việc vặt. Hơn nữa, nếu anh muốn tôi tiếp tục điều tra – trước tiên anh phải thuyết phục tôi rằng đó không chỉ là sự trùng hợp ngẫu nhiên. Tôi đã xem thêm một số thống kê. Ví dụ, số lượng nữ game thủ hiện nay nhiều hơn bao giờ hết. Nhiều người đã tạo ra các kênh YouTube và kiếm sống từ đó. Tất nhiên không phải trẻ con, nhưng theo thống kê tôi đọc online vào năm 2019, 46% game thủ là nữ."

Eriel gõ ngón tay dài và gầy lên cằm, như đang suy nghĩ về những gì E-Z vừa nói. "À, lại một lần nữa tôi ấn tượng. Anh không thấy những thống kê đó đáng lo ngại sao?"

"Uh, không, tôi không thấy." Anh hít một hơi thật sâu, mất kiên nhẫn vì đã bỏ lỡ sinh nhật của mình. 'Có quan trọng phải làm điều này hôm nay không? Anh không thể đưa tôi quay lại đây lần khác được sao? Những gì chúng ta đang nói không có gì quan trọng cả.'

Eriel ngừng gõ và lông mày phải của anh nhướng lên. Anh trừng mắt nhìn cậu bé sinh nhật.

"Hay là có?" E-Z hỏi.

Eriel im lặng một lúc trước khi trả lời. Anh ta cuộn lưỡi quanh những từ, như thể khó khăn khi nói ra. Anh ta nâng cao giọng lên tông cao và nói, "Bất kỳ điều gì khác về hai vụ việc đó? Bất kỳ điều gì có thể gây báo động? Để đốt cháy bạn?"

E-Z mong Eriel sẽ nói rõ ràng và đi thẳng vào vấn đề. Anh không muốn làm mình xấu hổ bằng cách nói ra điều hiển nhiên hoặc sai lầm.

"Raphael đã đúng, cậu hơi chậm hiểu."

"Này!" E-Z hét lên. "Nếu cậu cần sự giúp đỡ của tôi, cậu đang tìm cách nhận nó theo cách rất kỳ lạ." Anh ta vuốt ngón tay qua lớp kem trên bánh cupcake và mút ngón tay. Nó có vị ngon, giống như kẹo bông. "Giết người. Một người cố giết tôi, và người kia đang giết người trong cửa hàng. Cả hai đều nói động cơ của họ liên quan đến trò chơi."

"Trúng phóc," Eriel nói.

"Và?"

"Thôi quên đi!" Eriel biến mất qua trần nhà, hát vang: "Dày như gạch, dày như gạch, dày như gạch."

E-Z giơ nắm đấm lên trời. "Mày quay lại đây và nói điều đó vào mặt tao!"

Tiếng cười của Eriel vang lên, dội vào tường.

PFFT.

"À, cảm ơn," E-Z nói, rồi anh phát hiện mình đã trở về nhà, tại bữa tiệc của mình. Mọi người đang bận rộn, chơi game, làm việc của mình – như thể anh không hề ở đó – và anh thực sự không ở đó.

Anh nhìn Sam đến lượt chơi ladder ball. Anh không giỏi trò này, nhưng E-Z vẫn lại gần xem lần thử thứ hai của cậu. Sau khi ném trượt mục tiêu hoàn toàn, anh đến bên cạnh cháu trai.

"Tôi thấy cậu vẫn đang tập làm quen với trò này," E-Z nói.

"Đúng vậy, đó là kỹ năng phải rèn luyện. À mà cậu đi đâu vậy?"

"Eriel muốn chúc tôi sinh nhật vui vẻ, cùng một số việc khác."

"Ồ, thật tốt của anh ấy. Phải không?"

"À, anh biết Eriel mà. Anh ấy không bao giờ làm gì mà không có mục đích. Trong trường hợp này, anh ấy muốn tôi kết nối hai người khởi xướng vụ thử nghiệm dựa trên một ký ức."

"Ký ức về gì? Bố mẹ anh? Vụ tai nạn?"

"Không, anh ấy muốn tôi kết nối hai trong số những kẻ chủ mưu của vụ thử nghiệm. Và tôi đã làm được. Rồi anh ấy bỏ đi và nói tôi ngu như bò."

"Thật là vô lễ!" Lia kêu lên. Cô đã nghe lén từ lúc chán ngấy trò ném bóng.

"Và vào ngày sinh nhật của cậu nữa," Alfred nói. Anh ta còn tuyệt vọng hơn Sam vì phải ném bóng bằng mỏ.

"Muốn thử không?" PJ hỏi, đưa quả bóng cho E-Z, người di chuyển ghế của mình trước mục tiêu, rồi ném quả bóng. Nó đập vào thanh ngang trên cùng, xoay vài vòng, rồi rơi vào vị trí hoàn hảo.

"Đó là cách làm!" Sam nói.

"PJ và tôi đã ném như vậy suốt trận đấu," Arden nói.

"À, nhưng cậu không phải là cháu trai tôi," Sam trả lời.

Bữa tiệc tiếp tục cho đến khi trời quá tối để chơi thêm trò chơi nào nữa, và mọi người quyết định không hát cùng nhau. PJ và Arden trở về nhà trong khi E-Z và đám bạn còn lại đi ngủ.

2
SỰ CỐ

Hai ngày sau bữa tiệc sinh nhật của E-Z, PJ và Arden gặp rắc rối.

Đó là Lia, người có linh cảm có điều gì đó không ổn. Cô kể lại cho Alfred và E-Z: "Họ trông như đang trong trạng thái mê man. Cả hai đều ngồi ở bàn làm việc, nhìn chằm chằm vào màn hình máy tính trống rỗng."

"Không có gì lạ cả," E-Z nói. 'Họ thường chơi game cùng nhau, có thể họ đang ngủ."

"Với mắt mở?"

"Được rồi, chúng ta qua đó xem sao,' E-Z nói.

"Giữa đêm khuya thế này!" Alfred kêu lên.

"Dù sao chúng ta cũng nên kiểm tra."

Ba người lẻn ra khỏi nhà, quyết định đến nhà PJ trước vì nhà anh ta gần nhất.

"Tôi không nghĩ bố mẹ cậu sẽ thích một chuyến viếng thăm muộn như vậy," Alfred nói.

"Họ sẽ hiểu mà," Lia nói, vừa bấm chuông cửa.

Một lúc sau, một người đàn ông rất mệt mỏi, đang dụi mắt, mở cửa trong bộ pijama – bố của PJ.

"Ai đấy?" mẹ anh ta gọi từ bên trong.

"Là bạn của PJ," bố PJ nói. 'Có chuyện gì vậy?"

"À,' E-Z nói, 'Xin lỗi đã làm phiền, nhưng chúng tôi thực sự cần gặp PJ. Có chuyện gấp."

"Các cậu vào đi,' bố PJ nói.

3
TRƯỚC

Vào đầu buổi tối, PJ và Arden đã làm việc trên trang web Siêu anh hùng. Họ đã cập nhật thông tin và thêm một số yếu tố mới.

Trước đây, khi có yêu cầu hỗ trợ, một email sẽ được gửi đến hộp thư đến. Lần sau khi ai đó đăng nhập, họ sẽ thấy email và phản hồi tương ứng. Với hệ thống mới, E-Z, Arden và PJ sẽ nhận được tin nhắn văn bản ngay lập tức.

Ngoài ra, người yêu cầu hỗ trợ sẽ nhận được một phản hồi tự động có dấu thời gian. PJ và Arden tin rằng bản nâng cấp tự động này sẽ tăng cường sự tin tưởng và thu hút nhiều lượt truy cập hơn cho trang web.

PJ và Arden cũng thiết lập một kênh YouTube kèm podcast. Đây là ý tưởng mới mà họ nảy ra trong một buổi brainstorming. Họ rất hào hứng muốn chia sẻ với

E-Z. Đây sẽ là cách tuyệt vời để tăng cường sự hiện diện trực tuyến của The Three. Họ cũng tạo ra một bảng tin cộng đồng để thảo luận mở.

Hệ thống cũng phân loại các tin nhắn đến. Ví dụ, cứu một con mèo khỏi cây. The Three đã nhận được nhiều yêu cầu về dịch vụ này. Vì các cơ quan chức năng địa phương có trang bị tốt hơn để xử lý các cuộc gọi này, PJ và Arden đã đặt nó vào mã màu Xanh dương.

Một "Code Blue" có nghĩa là khi E-Z đến nơi để cứu mèo, mèo đã được cứu. "Code Blue" cho biết anh nên chờ đợi, xem tình huống đã được giải quyết trước khi ra ngoài.

Một "Code Yellow" có thể là ai đó quên chìa khóa hoặc khóa chìa khóa bên trong xe. Lại một lần nữa, khi E-Z đến nơi, tình huống đã được giải quyết. Lời khuyên là chờ đợi và kiểm tra trước khi ra ngoài.

Bằng cách phân loại các mã màu xanh và vàng, E-Z và đội của anh có thể tập trung vào các cuộc gọi quan trọng hơn, tức là các mã màu đỏ.

Một mã màu đỏ là khi tính mạng hoặc chi thể của con người đang bị đe dọa. Kể từ khi trang web được thiết lập, The Three chưa nhận được bất kỳ yêu cầu nào trong danh mục này.

Hài lòng với những gì đã đạt được, họ quyết định thư giãn. Họ tham gia một trò chơi đa người chơi.

"Ba cô gái," PJ nhắn cho Arden.

"Chúng ta có thể đối phó được!" anh ta trả lời.

Trò chơi bắt đầu và ban đầu, mọi thứ diễn ra như thường lệ. Họ đang đánh bại các cô gái, leo lên cấp độ sau cấp độ, tiêu diệt mọi thứ trong tầm nhìn. Rồi đột nhiên, mọi thứ dừng lại hoàn toàn.

4

Nhà của P.J.

E-Z, Lia, Alfred và bố mẹ của PJ đi dọc hành lang vào phòng của cậu bé. Cảnh tượng trước mắt họ hầu như giống hệt như Lia đã tưởng tượng. Điểm khác biệt là màn hình máy tính vẫn còn sáng. Nó đang nhấp nháy liên tục trong khi PJ dường như đang ngủ say.

"Có chuyện gì với cậu bé vậy?" Mẹ của PJ hỏi. "Cậu ấy đáng lẽ phải đang ngủ trên giường. Nhìn tư thế của nó kìa. Nó chắc bị mất nước. Tôi sẽ lấy cho nó một ly nước."

Cha của PJ bước đến bên con trai, lay vai cậu bé. Ông mong con trai mình sẽ tỉnh dậy, nhưng cậu bé không động đậy. Thay vào đó, cậu trượt xuống ghế và suýt ngã xuống sàn nếu cha cậu không kịp đỡ. Ông bế con trai và đặt cậu lên giường.

Mẹ của PJ quay lại, đặt ly nước lên bàn bên cạnh, rồi đặt môi lên trán con trai. "Không sốt," bà nói.

Cha của PJ nhấc mí mắt phải của con trai lên và thấy chỉ có tròng trắng của mắt lộ ra. "Gọi 911," ông hét lên.

"Không, tôi nghĩ chúng ta nên gọi bác sĩ gia đình, bác sĩ Flannel," mẹ PJ nói. 'Ông ấy đã từng đến đây thăm khám tại nhà. Khi có tình huống khẩn cấp – và đây chắc chắn là tình huống khẩn cấp."

"Bà Handle,' E-Z nói, 'Cậu bé sẽ ổn thôi."

"Tất nhiên là cậu bé sẽ ổn,' bà trả lời, trong khi ông Handle ra khỏi phòng để gọi bác sĩ Flannel.

Khi ông trở lại, tất cả đều im lặng chờ đợi, nhìn PJ đang ngủ. Họ mong anh sẽ nhảy dậy và bắt đầu nghịch ngợm. Đó chính là tính cách của anh, luôn thích trêu chọc mọi người.

Ông Handle ngồi không yên, đung đưa chân lên xuống. Ông đứng dậy, đi qua phòng, cúi xuống nhìn ổ cứng. Ông giơ chân lên như định đá nó, nhưng vào phút chót đổi ý và rút dây cắm ra khỏi ổ điện.

Họ nhìn ông Handle run rẩy khắp cơ thể, cho đến khi ông đánh rơi phích cắm. Ông quay lại và bước về phía họ. Phía sau ông, khói bốc ra từ ổ cứng. Chỉ vài giây sau, màn hình máy tính nứt vỡ.

"Lấy bình chữa cháy!" Alfred hét lên, nhưng E-Z đã kịp cầm ly nước và đổ lên hộp máy tính. Nó sôi sùng sục và màn hình cũng tắt ngóm.

Mẹ của PJ chạy đến chồng, giúp ông ngồi xuống. "Bác sĩ có thể kiểm tra ông khi đến," bà nói. "Các con thật may mắn. Mẹ không thể chịu đựng được nếu cả hai con bị thương."

"Tôi ổn," ông Handle nói.

Nhưng với Ba Người, ông trông không ổn. Ông tái nhợt, xanh xao và xám xịt.

"Đừng lo," ông Handle nói. 'Cảm ơn vì đã nhanh trí, E-Z.' Rồi quay sang vợ, 'May mà em mang nước vào."

"PJ sẽ rất giận khi thấy máy tính của nó bị hỏng."

"Thôi nào,' ông Handle nói. "Nó sẽ hiểu mà."

Ông rõ ràng đã cảm thấy tốt hơn, như Ba Người nhận thấy hơi thở của ông đã trở lại bình thường, và sắc mặt cũng vậy.

Khi mọi thứ dường như đã ổn, E-Z nhắc đến Arden. "Trong khi chờ bác sĩ, chúng ta thực sự cần kiểm tra Arden. Chúng tôi nghĩ cậu ấy có thể ở trong tình trạng tương tự."

"Họ thường chơi game cùng nhau, nhưng làm sao có thể xảy ra chuyện này?" ông Handle hỏi.

"Tôi không biết, nhưng anh có phiền nếu tôi đi kiểm tra Arden không?"

"Anh đi đi," bà Handle nói.

"Lia sẽ ở lại đây với anh," E-Z nói. "Cô ấy có thể thông báo cho chúng tôi, và nếu anh cần, chúng tôi sẽ quay lại ngay."

"Cảm ơn anh, E-Z, và Alfred," ông Handle nói, khi ông đưa họ ra cửa trước.

5

Ngôi nhà của Arden

E-Z và Alfred đến nhà Arden. Trước khi họ kịp gõ cửa, ông Lester, bố của Arden, đã mở cửa.

"Sao các cậu biết?" ông hỏi.

E-Z không thể nói sự thật. Thay vào đó, anh ta bịa ra một lời nói dối. "À, tớ là bạn thân nhất của Arden từ nhỏ, nên tớ biết khi có chuyện gì đó không ổn. Tớ có thể gặp cậu ấy không?"

"Được, vào phòng cậu ấy đi," bà Lester, mẹ Arden, nói. 'Đừng lo. Cậu ấy chỉ đang ngủ. Sáng mai sẽ ổn thôi.'

Ông Lester nắm tay vợ và dẫn bà xuống hành lang đến nơi Arden đang ngủ say.

"Ôi," Alfred kêu lên khi thấy cậu ấy. "Cậu ấy trông như đang bị sốc."

"Hãy nhìn dưới mí mắt cậu ấy," ông Lester nói.

E-Z kéo mí mắt bạn mình ra. Đồng tử của PJ có thể nhìn thấy, nhưng nó to hơn bình thường và trông như sắp nổ tung ra khỏi hốc mắt bất cứ lúc nào. Anh ta đóng mí mắt lại.

Alfred Hoo-hoo'd. Đó là những gì gia đình Lester nghe thấy. Điều anh ta nói là: "Cái quái gì đã gây ra điều đó? Sợ hãi? Hay thứ gì nghiêm trọng hơn như cơn co giật?"

E-Z nhún vai không trả lời. Gia đình Lester đã đủ sợ hãi và căng thẳng, hơn nữa họ chỉ đang đoán mò.

"Chính xác anh tìm thấy anh ta ở đâu?" E-Z hỏi.

"Anh ta đang ngồi trước máy tính," bà Lester nói.

"Màn hình có bật không?" anh ta hỏi.

"Có, nó đang bật," ông Lester nói. 'Chúng tôi đã gọi cho bác sĩ gia đình. Ông ấy đang bận, đang nói chuyện với một bệnh nhân khác nhưng sẽ gọi lại cho chúng tôi.'

"Họ đã gọi bác sĩ đến nhà PJ, bác sĩ Flannel. Để tôi gọi Lia xem anh ấy đã chẩn đoán được gì chưa."

"Họ gần như giống nhau," anh ta nói.

"Ý anh là gần như sao?"

Anh ta tự đẩy xe lăn ra khỏi phòng. Không cần phải làm phiền gia đình Lester thêm nữa. Anh ta thì thầm vào điện thoại, "Con ngươi của anh ấy vẫn còn nhìn thấy, nhưng chúng rất to. Như những vết loét, sắp vỡ!"

"Ôi, ghê quá!" Lia nói. 'Có lẽ anh ấy nên đến bệnh viện?' 'Họ đã gọi cho bác sĩ gia đình của họ, nhưng ông ấy không có mặt. Vậy, hãy báo cho tôi ngay khi bác sĩ Flannel đưa ra ý kiến và tôi sẽ chuyển lại. Anh có thể nói với ông ấy về mắt của Arden và xem ông ấy có khuyên nhập viện ngay lập tức không.'

"Sẽ làm. Tôi sẽ liên lạc sau."

Anh giải thích mọi chuyện cho gia đình Lester. Họ nhìn thẳng về phía trước, khuôn mặt vô cảm. Anh lo lắng về cách họ đón nhận tin này.

"Ai muốn uống trà không?" Bà Lester hỏi.

"Không, cảm ơn," E-Z nói. Bà Lester là kiểu mẹ tin rằng trà có thể giải quyết hầu hết mọi vấn đề.

Ông Lester theo vợ vào bếp.

"Thường thì anh không tham gia chơi với họ sao?" Alfred hỏi khi chỉ còn anh và E-Z ở lại với Arden.

"Thỉnh thoảng," E-Z nói, 'Nhưng gần đây, nếu có thời gian rảnh, tôi thường dành nó để viết. Tôi không có nhiều thời gian riêng cho bản thân những ngày này.'

"Hiểu mà. Xin lỗi nếu tôi làm phiền quá."

"Không sao. Tôi cần phải tổ chức lại mọi thứ. Công việc học tập ngày càng phức tạp, anh biết đấy, chúng ta đang trên con đường hướng tới sự nghiệp và tốt nghiệp. Họ muốn chúng ta biết mình đang đi đâu, mà chúng ta còn chưa biết mình đang ở đâu."

"Tôi nhớ những ngày đó, nhưng anh sẽ tìm ra cách. Dù sao, tôi cũng mừng là anh không chơi trò chơi với chúng – nếu không, anh có thể rơi vào tình trạng giống chúng."

"Đúng vậy. Tôi không thể tưởng tượng điều gì có thể khiến họ sợ hãi đến vậy... nếu đó là sự thật. Ý tôi là, trò chơi chỉ là trò chơi – không phải thực tế. Chắc hẳn đó là một cuộc thi khốc liệt."

Gia đình Lester quay lại phòng con trai.

"Có chuyện gì vậy?" Bà Lester hét lên.

Mí mắt Arden đã mở ra, lộ ra toàn bộ phần trắng bên trong. Giống như PJ, đồng tử của cậu đã biến mất.

E-Z có cảm giác déjà vu khi ông Lester bước qua phòng và cúi xuống rút phích cắm.

"Dừng lại!" E-Z hét lên. "Đừng chạm vào nó!"

Ông Lester đứng khựng lại.

"Ông Handle suýt bị điện giật khi chạm vào nó. Tốt nhất là để nó yên."

"Ôi, may quá anh ở đây và cảnh báo tôi," ông Lester nói.

"Vâng, cảm ơn E-Z. Tôi không thể xử lý nếu con trai và chồng tôi đều bị thương. Tôi thật sự không thể." Cô bước qua phòng và ôm chầm lấy chồng.

"Sau đó máy tính của anh ta bị hỏng, màn hình nứt vỡ và khói bốc ra," E-Z giải thích. "Vậy nên máy tính của PJ đã bị cháy khét, hỏng hoàn toàn – như bánh mì nướng. Còn máy tính của Arden vẫn còn nguyên vẹn. Nếu chúng ta tìm ra cách vào được nó – an toàn – có thể, chúng ta sẽ biết được chuyện gì đã xảy ra với họ. Trước tiên, tôi cần gọi cho chú Sam và nhờ ông ấy giúp đỡ. Ông ấy là một chuyên gia công nghệ thông tin nên sẽ biết phải làm gì."

"Chờ đã," bà Lester nói. 'Anh đang nói với chúng tôi rằng cả PJ và Arden đều là một người sao?'

Anh gật đầu.

"Tôi luôn nói máy tính là thứ xấu xa!" bà nói. 'Arden của tôi là một vận động viên. Anh ấy nên ra ngoài chơi thể thao, không phải ngồi trước máy tính và lãng phí thời gian.' Bà òa khóc vào ngực chồng và ông ôm bà.

"Máy tính là cần thiết cho việc học," ông Lester nói. "Con trai chúng ta không làm gì sai và tôi chắc chắn anh ấy sẽ sớm trở lại bình thường. Anh ấy cần nghỉ ngơi một chút. Một chút nghỉ ngơi, thế thôi. Nó sẽ ổn thôi."

Alfred Hoo-hoo'd.

E-Z nhận được tin nhắn trên điện thoại. "Lia nói Bác sĩ Flannel bảo họ để PJ ở đó. Ông ấy nói mắt nó sẽ tự trở lại bình thường. Ông ấy nói PJ không có vẻ đau đớn. Nhịp tim và mạch của nó bình thường. Nó cần nghỉ ngơi."

"Cảm ơn," ông Lester nói.

"Cảm ơn vì đã ghé qua," bà Lester nói. 'Chúng tôi sẽ thông báo cho các bạn nếu có gì thay đổi.'

E-Z và Alfred rời đi sau một chuyến thăm dài và gặp Lia, sau đó cả nhóm cùng nhau đi về nhà.

"Tôi không thể không tự hỏi," E-Z nói, "liệu chuyện giữa PJ và Arden có phải là một cuộc thử nghiệm không. Eriel đã gợi ý rằng tôi nên lo lắng về điều gì đó. Rằng tôi thậm chí nên muốn theo đuổi nó. Nếu đúng vậy, tôi không biết phải làm thế nào để sửa chữa. Anh có ý tưởng nào không? Ngoài việc nhờ Uncle Sam giúp chúng ta truy cập vào máy tính của Arden – tôi hoàn toàn bế tắc ở đây."

"Thật kỳ lạ, nếu đó là một cuộc thử thách," Alfred nói. 'Vì thử thách là chuyện của quá khứ, phải không?'

"Đúng vậy, nhưng nếu PJ và Arden bị thương, thì tôi không còn lựa chọn nào khác ngoài việc can thiệp.

Dù các thiên thần trưởng đã vi phạm thỏa thuận của chúng ta."

"Họ đều trông như đang mất trí. Họ mong bạn làm gì? Bạn đâu có khả năng chữa lành hay gì cả," Alfred nói.

"Nhưng BẠN CÓ!" Lia nói.

"Tôi có, nhưng chỉ khi chúng có thể sử dụng được. Tôi đã thử giao tiếp với tâm trí họ. Nhưng nó như thể họ trống rỗng. Tôi không thể tiếp cận họ. Để chữa lành họ, phải có một loại kết nối nào đó. Và không có gì để tôi kết nối.

"Tôi cứ tự hỏi liệu mình có nên gọi Ariel cầu cứu không. Cô ấy là Thiên thần của Thiên nhiên. Có thể cô ấy có thể gợi ý điều gì đó, hoặc làm điều gì đó mà tôi không thể."

"Đó là một ý tưởng hay," E-Z nói.

WHOOPEE

Ariel đến.

"Có chuyện gì vậy?" cô hỏi.

Alfred giải thích tình hình.

E-Z hỏi liệu đây có phải là một thử thách mà các thiên thần trưởng đang cố gắng lén lút đưa vào sau khi mọi việc đã xảy ra.

"Dù sao đi nữa, bạn phải giúp bạn bè của mình," cô nói. "Bạn muốn giúp họ, phải không?"

"Tất nhiên là tôi muốn, nhưng những gì tôi cần làm, những hành động tôi cần thực hiện trong một thử thách thường rõ ràng hơn."

"Tôi có nghe thấy những lời thì thầm về việc bạn không thể chủ động?" Ariel hỏi.

"Anh đang ngụ ý," E-Z hỏi, giữ giọng thấp để không mất bình tĩnh. "Rằng các thiên thần đã đưa bạn bè tôi vào trạng thái hôn mê để thử thách sự chủ động của tôi?"

Ariel mỉm cười. "Không, tôi không ngụ ý điều đó. Nhưng nếu đây là một cuộc thử thách, thì anh sẽ làm gì để giúp họ?"

"Khi một thử thách được đặt trước mặt tôi, não tôi tự động hoạt động. Tôi biết phải làm gì để sửa chữa và tôi làm ngay. Nhưng lần này, tôi không biết phải làm gì để cứu họ. Họ đang trong tình trạng nguy kịch. Tôi không phải là bác sĩ."

Ariel khoanh tay. "Anh đã thử gì, Alfred?"

"Tôi đã cố gắng kết nối với tâm trí của cả hai. Thông thường, nếu tôi có thể chữa lành con người hoặc sinh vật, sẽ có một kết nối – một kết nối chưa bị phá vỡ bởi một lực lượng bên ngoài. Trong cả hai trường hợp của họ, nó giống như cánh cửa đã bị đóng sầm lại và tôi không thể phá vỡ nó."

"Bạn đã tự trả lời câu hỏi của mình rồi," Ariel nói. 'Còn gì khác tôi có thể giúp bạn không?'

"Bạn không giúp được gì cả," Lia nói.

Alfred xin lỗi.

WHOOPEE

Và Ariel đã biến mất.

"Anh không nên nói với cô ấy như vậy," Alfred nói. "Nếu cô ấy có thể giúp chúng ta, cô ấy đã giúp rồi."

"Tôi xin lỗi, nhưng thật bực bội khi họ không biết gì hơn chúng ta. Họ là thiên thần cao cấp! Họ nên biết điều gì đó mà chúng ta không biết, nếu không thì họ tồn tại để làm gì?" Lia hỏi.

"Ý cậu là Haniel luôn có thể giải quyết mọi vấn đề?"

Lia nhún vai. 'Tôi chưa có nhiều cơ hội để thảo luận.'

E-Z nói, 'Eriel vô dụng. Mỗi lần tôi nhờ anh ta giúp đỡ, anh ta đều từ chối. Đúng, anh ta cho lời khuyên. Bảo tôi tự mình giải quyết.

'Như lần anh ta triệu hồi tôi lần trước, anh ta ám chỉ về một âm mưu nào đó, hoặc một mối liên hệ, anh ta gọi là vậy.

"Khi tôi đoán ra đó là trò chơi, rằng có mối liên hệ, anh ta vẫn vô dụng. Tôi ước gì họ nói thẳng ra. Dù sao đi nữa, tôi có thể tập trung vào việc cứu hai người bạn của mình khỏi tình huống này."

"Em hiểu ý tôi chứ?" Lia nói. 'Tất cả các thiên thần trưởng đều vô dụng.'

"Haniel đã giúp em khi em bị thương ở mắt," Alfred nhắc nhở cô.

Lia quay lưng lại với anh.

"Hy vọng bác sĩ đã đúng và cả hai sẽ trở lại bình thường vào sáng mai," E-Z nói. 'Đó là tất cả những gì chúng ta có thể làm.'

Khi về đến nhà, họ ra vườn sau. Họ chào Little Dorrit và ngắm mặt trời mọc, trò chuyện về kế hoạch tiếp theo.

E-Z suy nghĩ về một số điều đã khiến anh bận tâm. Trong Phòng Trắng, họ đã khuyến khích anh kết nối các manh mối. Gần đây nhất, Eriel đã giúp anh thu hẹp phạm vi.

Anh ôn lại mọi điều cô gái trong cửa hàng đã kể. Cách cô ta bắt con tin, giống như trong trò chơi. Cách cô ta mặc trang phục để trông giống một thợ săn tiền thưởng trong game.

Tiếp theo, anh ta xem xét chi tiết về cậu bé ngoài nhà mình. Cậu bé đã nói thẳng rằng mình được các giọng nói trong trò chơi cử đến để giết E-Z, và nếu không làm vậy, gia đình cậu ta sẽ bị giết.

Rồi anh ta nghĩ về Eriel và sự tham gia của các Archangel khác trong các thử thách. Bây giờ PJ và Arden cũng đã tham gia.

Liệu các Archangels có kéo họ vào để tiếp cận anh ta? Có phải lỗi của anh ta – vì đã quá chậm trong việc giải câu đố mà họ đã giao cho anh ta? Các Archangels đã nói rằng họ đã xong việc với anh ta. Họ đã hủy bỏ các thử thách và anh ta rất vui khi họ đã ra đi. Tại sao họ lại quay lại, cố gắng thiết lập một kết nối mới với anh ta? Điều đó không thể là trùng hợp.

Anh ta mở miệng định kể cho Alfred và Lia nghe những gì mình đang nghĩ – nhưng thay vào đó, anh ta lại rơi trở lại silo. Lần này, thay vì container làm bằng kim loại, nó được làm bằng kính và anh ta không có ghế.

6

Đảo ngược

E-Z bị treo ngược trong một quả bong bóng thủy tinh, nhìn xuống thảm cỏ xanh mướt của Trái Đất. Anh ta ở rất cao so với mặt đất, và đầu anh ta đau nhức đến mức anh ta sợ nó sẽ vỡ tung và bắn tung tóe khắp container. Nhưng may mắn thay, có thứ gì đó đang giữ anh ta lại. Anh ta không biết đó là gì.

Khác với những lần trước khi ở trong silo, anh không được cố định (hoặc ghế của anh không được cố định) vào vị trí. Điều khiến anh lo lắng hơn là, treo ngược như vậy, anh sẽ không thấy Eriel đến. Cũng không thể ngửi thấy mùi của anh ta.

Ngay khi nghĩ đến Eriel, chiếc hộp kính rung chuyển. Anh sợ mình sẽ rơi xuống. Muốn bám vào thứ gì đó nhưng không có gì để bám ngoài không khí. Anh ôm chặt lấy cơ thể mình. Rồi anh cảm thấy chuyển động.

Phòng kính xoay 180 độ theo chiều kim đồng hồ. Đầu anh lập tức cảm thấy dễ chịu hơn, rõ ràng hơn, và anh tập trung vào việc thoát ra. Càng sớm càng tốt.

Nhưng đã quá muộn, thứ đó lại di chuyển, rồi xoay thêm 180 độ nữa. Đưa anh trở lại vị trí ban đầu.

"Chào, Doody," Eriel hét lên khi áp mặt vào kính. Rồi anh ta gõ cửa và hát: 'Hãy mở cửa cho tôi, hãy mở cửa cho tôi.'

"Hãy cứu tôi ra khỏi đây!" E-Z hét lên.

"Hãy bình tĩnh," Eriel thì thầm. "Anh ở đây vì lòng tốt của tôi. Tôi muốn tự mình nói với anh: bạn bè của anh đang gặp nguy hiểm."

"Anh nói PJ và Arden à?" Eriel gật đầu. 'Tôi đã biết điều đó rồi! Anh là thằng ngốc!'

"Gậy và đá có thể gãy xương, nhưng lời nói không thể làm tổn thương tôi," Eriel hát.

"Nếu anh không đưa tôi ra khỏi đây – ngay bây giờ – thì tôi sẽ làm với anh những điều mà gậy và đá không thể làm!"

Eriel gõ ngón tay gầy guộc lên cằm. Anh ta vẫn đang đứng thẳng, điều đó cho anh ta lợi thế so với góc nhìn của E-Z.

"Tôi muốn các bạn biết rằng, dù bạn bè của các bạn đang gặp nguy hiểm, các bạn không cần lo lắng.

Họ không gặp nguy hiểm như siêu anh hùng." Anh ta dừng lại. "Một con chim nhỏ đã nói với tôi rằng các bạn nghĩ chúng tôi đang cố gắng đưa các bạn vào một thử thách khác... nhưng chúng tôi không làm vậy. Hãy để họ cho số phận."

"Ý anh là họ không gặp nguy hiểm siêu anh hùng sao?" E-Z hét lên.

Eriel biến mất và chiếc hộp thủy tinh rơi xuống. Anh ta vùng vẫy, cố giữ thăng bằng. Nó rơi lần nữa. Cảnh tượng lặp đi lặp lại cho đến khi anh ta chắc chắn rằng hộp sọ của mình sắp vỡ tan như quả trứng trên mặt đường.

Rồi anh ta thấy Alfred, đang nhấm nháp cỏ ở mép sân.

"Này!" E-Z hét lên. "NÀY!"

Alfred ngừng ăn và lạch bạch lại gần. Anh ta nhìn thấy người bạn của mình đang treo ngược trong một quả bong bóng thủy tinh.

"Cậu đang làm gì trong đó?" con thiên nga trumpet hỏi.

"Eriel!" E-Z kêu lên.

"Đủ rồi. Tôi sẽ đi đánh thức Sam. Hy vọng anh ấy biết cách cứu cậu ra khỏi đó."

"Ý hay đấy, và bảo anh ấy mang ghế của tôi theo."

Trong lúc chờ đợi, E-Z tự trách mình. Anh đã bỏ lỡ cơ hội đòi thêm thông tin từ Eriel. Anh đã hành động như một nạn nhân. Anh đã làm hai người bạn thân nhất của mình thất vọng.

Anh lập kế hoạch. Khi tôi thoát ra khỏi đây, tôi sẽ tìm Eriel và bắt anh ta nói cho tôi biết cách cứu PJ và Arden. Tôi sẽ bắt anh ta thề rằng sẽ không bao giờ để tôi rơi vào tình huống này nữa.

Chờ đã. Nếu PJ và Arden không ở trong tình huống nguy hiểm của siêu anh hùng. Họ đang gặp nguy hiểm gì? Họ có cần được cứu không? Hay Doc Flannel đúng khi nói họ sẽ vượt qua và trở lại như cũ sớm thôi?

Anh ta không thích câu "để họ tự quyết định số phận". Anh ta tin rằng chúng ta tự tạo ra số phận của mình, và hai người bạn của anh ta đang trong tình trạng hôn mê. Họ không thể tự giúp mình, nên anh ta sẽ giúp họ. Dù Eriel có nói gì đi nữa.

Cuối cùng, Uncle Sam bước ra, cầm trên tay một công cụ lớn. "Đây là dao cắt kính," anh ta nói. "Tôi biết nó sẽ hữu ích một ngày nào đó khi mua nó trên một chương trình quảng cáo trên truyền hình. Họ nói nó có thể cắt kính như cắt bơ. Hãy xem liệu đó có phải là quảng cáo dối trá không." Anh ta cắt xung quanh đáy. Chậm rãi. Cẩn thận.

"Nhanh lên, tôi đang ngạt thở ở đây! Nếu mặt trời mọc, tôi sẽ bị nướng chín."

"Kiên nhẫn đi, cậu bé," Alfred dịu dàng nói.

"Gần xong rồi," Sam nói. Anh ta quỳ gối, từ từ tiến về phía trước, khi chiếc dao cắt qua đáy hộp. Trong khi đó, đầu gối của bộ pijama anh ta đang thấm ướt từ cỏ ướt. 'Tôi đoán Eriel có liên quan đến việc cậu ở trong đó?'

"Đúng vậy."

Sam cắt xong, thả cháu trai ra rồi giúp cậu bé vào xe lăn.

"Cảm ơn chú Sam."

"Không có gì. Giờ giải thích đi?"

"Tôi mệt quá. Và tôi cũng không muốn giải thích. Chúng ta có thể làm việc này sáng mai được không?"

Mặt trời đang chìm dần xuống đường chân trời, nhuộm đỏ bầu trời.

Một vài giờ nữa, E-Z sẽ phải kiểm tra tình hình của bạn bè. Anh hy vọng họ sẽ ổn. Trở lại bình thường. Rồi anh sẽ không phải nghĩ đến chuyện đó nữa. Nếu không... nếu họ không ổn. Dù sao đi nữa, mọi thứ sẽ tốt hơn sau khi anh ngủ một giấc.

"Tôi có thể giải thích mọi thứ cho anh," Alfred đề nghị.

"Anh biết gì về chuyện đó? Tôi phải hét lên để thu hút sự chú ý của anh."

"À, tôi đã thấy hết. Anh nghĩ tôi đang làm gì ở đây? Tôi đang đợi anh xin giúp đỡ. Không muốn làm phiền thời gian Eriel của anh."

"Làm phiền. Rất hài hước. Được rồi, kể cho anh ta nghe. Tôi đi ngủ đây. Tôi quá mệt để suy nghĩ thêm." Anh đẩy xe lăn lên dốc và vào nhà, rồi ngã xuống giường vẫn còn mặc nguyên quần áo.

E-Z mơ thấy đó là sinh nhật thứ bảy của mình. Bố mẹ anh đã thuê một công viên trò chơi ảo trong nhà. Anh đã mời mười hai đứa trẻ, nên có mười ba người và một đội phải có thêm một thành viên. Vì là ngày của anh, họ chia đội và người cuối cùng được chọn sẽ vào đội của mình. Họ tự gọi mình là Ball Breakers. Đội kia, do Kyle Marshall dẫn đầu, tự gọi mình là Bat Shitz.

"Các cậu không thể dùng cái tên đó," đội của E-Z trêu chọc. 'Nó gần như là một từ tục tĩu.'

"À, nghĩ lại đi," Marshall nói. 'Cách viết là Shitz. Chúng tôi lấy tên từ con chó của tôi. Nó là một con Shitz-hu.'

"Chơi thôi," E-Z nói.

PJ và Arden ở trong đội của E-Z. Đội "Tornado Trio" đã đánh bại đội "Bat Shitz" cho đến khi tất cả đều mệt lử không thể di chuyển.

"Đồ ăn đã sẵn sàng," mẹ của E-Z gọi. Các bậc phụ huynh đang chờ ở nhà hàng bên cạnh. Họ đã đặt rất nhiều pizza, thùng nước ngọt và cuối cùng là một chiếc bánh kem đầy nến.

Các đứa trẻ rời khu vực chơi game cùng nhau. Soon Arden nhận ra mình đã để quên mũ bóng chày.

"Tôi không thể để nó lại! Tôi phải quay lại!"

"Chúng tôi sẽ đi cùng cậu," E-Z nói. "Cho tôi một phút để nói với mẹ."

"Tôi sẽ nói với bà ấy," Kyle, người đang ở gần đó, nói.

E-Z, PJ và Arden quay lại. Khi không tìm thấy mũ, họ tiếp tục đi.

"Nó phải ở đâu đó ở đây!" Arden nói.

"Tớ không nghĩ nó lại xa đến thế," E-Z nói.

"Những con kền kền đó sẽ ăn hết pizza trước khi chúng ta quay lại," PJ nói.

"Đừng lo, bà Dickens sẽ giữ lại thức ăn cho chúng ta. Bà ấy biết chúng ta sẽ không về lâu."

Hành lang mở rộng ra một tòa nhà khác, một nơi khác. Trước mặt họ là một chiếc máy chém khổng lồ. Trên đỉnh, phía trên lưỡi dao là chiếc mũ của Arden. Trên lưỡi dao có một tấm biển. Nó vẫn còn nhỏ giọt sơn đỏ, hoặc máu. Nó viết: "Đầu sẽ nằm ở đây."

"Chúng ta đang mơ sao?" Arden hỏi. 'Vì tôi thực sự không cần mũ bóng chày đến thế.'

"Nghe này. Tiếng nói," E-Z nói.

Những tiếng thì thầm, rất nhẹ nhàng, nhưng vang vọng. Đầu tiên là một người phụ nữ. Rồi một người khác tham gia, tạo thành một bài hát đôi. Rồi một người nữa tham gia, tạo thành một bài hát ba người. Những tiếng thì thầm biến thành một bài hát.

"Tôi không nghe rõ từ nào," PJ nói.

"Suỵt," E-Z nói, đặt ngón tay lên môi.

Khi những tiếng nói cất lên,

"B-link và bạn sẽ chết.

B-link và bạn sẽ chết.

B-link và bạn sẽ chết, B-link và bạn sẽ chết," theo giai điệu của bài hát 'Chúc mừng sinh nhật bạn.'

"Điều này thật đáng sợ!" PJ nói.

"Chúng ta nên quay lại," Arden nói, khi cánh cửa họ vừa bước vào đột ngột đóng sầm lại và tiếng bước chân vang dội dọc hành lang.

Tiếng bước chân ngày càng lớn.

CLANK. CLANK. CLANK.

Giáp sắt. Đang đến gần. Bước chân mang ủng. Một người lính. Một bóng đen cao lớn, đội mũ trùm đầu. Mang theo thứ gì đó bằng bạc: một chiếc dao mài.

Khi đến chân máy chém, bóng đen đội mũ trùm lấy một chiếc lông vũ từ túi. Anh ta đặt nó lên lưỡi dao. Nó cắt qua như cắt bơ. Vẫn vậy, anh ta tiếp tục mài lưỡi dao. Trong khi mài, anh ta huýt sáo nhẹ, như thể đang tận hưởng công việc của mình.

"Như thể lưỡi dao máy chém chưa đủ sắc bén!" PJ thì thầm. "Cứu tôi ra khỏi đây!"

Arden chạy đến cửa và đập mạnh vào đó. "E-Z, anh phải đưa chúng tôi ra khỏi đây! Anh phải giúp chúng tôi! Làm ơn giúp chúng tôi!"

ĐANG TẢI THÔNG ĐIỆP.

Gương mặt của PJ và Arden xuất hiện trên màn hình. Họ nói hai từ:

"CẢNH BÁO HỌ."

E-Z tỉnh dậy nghe tiếng Uncle Sam đập mạnh vào cửa phòng ngủ. "Dậy đi E-Z, chúng ta không tìm thấy Lia!"

Bây giờ anh đã tỉnh, anh nhận ra cô ấy đã cố gắng liên lạc với anh. Để cập nhật tình hình. Anh kiểm tra điện thoại. Một tin nhắn cập nhật.

"Không sao đâu," E-Z nói, 'cô ấy đang ở với PJ. Nói với Samantha cô ấy ổn. Tôi phải đi gặp anh ấy và Arden ngay. Alfred đâu?'

"Anh ấy ở trong vườn," Sam nói. 'Anh có muốn ăn sáng trước khi đi không?'

"Một chiếc sandwich phô mai nướng sẽ tuyệt vời. Cảm ơn."

Trong khi E-Z mặc quần áo, anh nghĩ về giấc mơ của mình. Những người bạn của anh đang nói chuyện với anh qua một sự kiện chung mà họ đã trải qua khi còn bảy tuổi. Anh phải tìm ra ý nghĩa của tất cả những điều đó. Cảnh báo họ? Cảnh báo ai cụ thể? Đây là một manh mối rõ ràng, nhưng họ muốn anh cảnh báo ai?

Đúng vậy, anh chắc chắn họ đang cố nói với anh điều gì đó, nhưng chính xác là gì? Anh lại có linh cảm rằng tất cả đều có liên quan đến Eriel.

Đầu tiên, anh ta đến nhà Arden, và cậu bé đáng thương vẫn nằm trên giường như một xác sống. Một bác sĩ đang ở bên cạnh khi E-Z và Alfred bước vào.

"Chẩn đoán thế nào?" E-Z hỏi.

"Trước tiên, hãy đưa con gà đó ra khỏi đây!" bác sĩ hét lên.

Alfred kêu "Hoo-hoo" phản đối rồi lạch bạch đi ra. Bên ngoài, nó nhai cỏ và làm sạch lông.

Bác sĩ nhìn ông bà Lester, "Các vị muốn đứa trẻ này biết đến mức nào?"

"Đây là E-Z, anh ấy là một trong những người bạn thân nhất của Arden."

"Tôi biết anh ta là ai, tôi đã thấy anh ta trên truyền hình cứu người."

E-Z không biết nói gì nên im lặng, nhưng anh không thích thái độ của bác sĩ.

"Arden đang trong tình trạng hôn mê."

"Ừ, tôi nghĩ vậy. Oh, vậy khi nào cậu ấy sẽ tỉnh lại? Bác sĩ Flannel ở nhà Handle – nơi PJ cũng trong tình trạng tương tự – nói cậu ấy sẽ bình phục sớm."

"Tôi không biết. Cơ thể cậu ấy đang bảo vệ cậu ấy khỏi điều gì đó, nên cậu ấy sẽ tỉnh lại khi đủ khỏe. Trong thời gian đó, tôi khuyên nên có người ở bên cậu ấy 24/7." Rồi quay sang gia đình Lester, "Có lẽ tốt nhất là cả hai nên thuê một y tá. Tôi có thể giới thiệu người. Nếu có thể làm việc tại nhà, đó sẽ là lựa chọn tốt nhất. Tôi sẽ liên lạc lại với các vị trong vài ngày tới."

"Vài ngày nữa," ông Lester lặp lại.

Bà Lester dẫn bác sĩ ra khỏi nhà.

E-Z theo sau. "Nếu tôi có thể giúp, hãy làm ca trực bên cạnh ông ấy, đừng ngần ngại hỏi. Tôi đang trên đường đến nhà PJ. Lia đã ở đó và cô ấy nhắn tin rằng tình trạng của anh ấy vẫn như cũ."

"Giữ liên lạc và gửi lời hỏi thăm đến gia đình PJ."

"Sẽ làm," E-Z nói, khi anh và Alfred đoàn tụ. Cả hai cất cánh và bay đến nhà PJ.

Trong khi bay song song, Alfred nói: "Tôi không thích bác sĩ đó. Khi một người đối xử tồi tệ với động vật... tôi không tin tưởng họ."

"Tôi hiểu, nhưng anh ta chỉ làm nhiệm vụ của mình."

"Chúng ta, loài thiên nga, chưa từng gây ra dịch bệnh hay... thôi quên đi. Tôi quên mất dịch cúm gia cầm – nhưng đó là do con người gây ra."

Họ hạ cánh tại nhà PJ, nơi Lia đang chờ họ với cửa mở.

"Hai người thế nào?" cô hỏi.

"Tốt," Alfred nói.

"À, anh ấy hơi bực mình vì bác sĩ của Arden đã đuổi anh ấy ra khỏi phòng, nhưng tôi ổn, cảm ơn. Còn anh?"

"Tôi ổn, nhưng bố mẹ PJ đang điên lên và không có dấu hiệu nào cho thấy họ sẽ bình tĩnh lại."

"Họ có gọi bác sĩ trở lại không?" Alfred hỏi.

"Không. Ông ấy đã cho họ hy vọng, nhưng không có gì khác, chủ yếu là ông ấy nói anh ấy sẽ tỉnh lại. Nhưng tôi lo ông ấy sai." Cô dừng lại, mặt hơi ửng hồng.

"À, còn một chuyện nữa, khi tôi đang nắm tay anh ấy." Cô liếc nhìn hai người. "Anh ấy, à, tôi không chắc là mình tưởng tượng hay anh ấy thật sự làm vậy – nhưng tôi nghĩ anh ấy đã siết chặt tay tôi."

"Ừm, cảm ơn vì đã ở lại với anh ấy. Chúng ta nên thay nhau trông nom bố mẹ anh ấy, để không ai quá mệt mỏi. Em có thể về nhà và dành thời gian với mẹ. Chắc bà ấy đang lo lắng cho em." Anh ta không dám nhắc đến việc nắm tay.

"Tôi sẽ đi khi cậu đi," Lia nói khi họ đi về phía phòng của PJ.

Alfred, Lia và E-Z giờ đây chỉ còn lại ba người với PJ.

"Tối qua tôi có một giấc mơ kỳ lạ. PJ, Arden và tôi đang ở sinh nhật thứ bảy của tôi – nhưng mọi thứ không diễn ra như lúc đó. Họ đang cố gắng giao tiếp với tôi qua một sự kiện chúng tôi từng chia sẻ, nhưng tôi không chắc họ muốn nói gì."

"Hãy kể cho chúng tôi nghe giấc mơ đó," Alfred nói. 'Và đừng bỏ sót chi tiết nào.'

"Được, tôi sẽ kể và chúng tôi sẽ xem có thể giúp bạn giải mã nó không."

"À, nó bắt đầu bình thường. Mọi thứ diễn ra như ngày hôm đó, cho đến khi Arden quên mũ bóng chày và ba chúng tôi quay lại lấy nó."

"Vậy anh ấy không đánh rơi mũ bóng chày ở bữa tiệc thật sao?"

"Không, anh ấy không mất. Thực ra, anh ấy quá mê mẩn chiếc mũ đó đến mức chúng tôi thường trêu anh ấy rằng nó dính chặt vào đầu. Vì vậy, đó là phần quan trọng của giấc mơ. Và chúng tôi đang đi bộ trở lại khu vực chơi game, và hành lang dường như kéo dài hơn nhiều so với khi chúng tôi rời đi.

Chúng tôi đi bộ rất lâu. Nói chuyện rôm rả như ngày xưa. Chúng tôi không nhận ra ngay, nhưng đã đi bộ khá lâu. Arden nghĩ đến việc để mũ ở đó vì đi đến đó mất quá nhiều thời gian, nhưng chúng tôi quyết định lấy nó. Anh ấy nói rằng chiếc mũ có giá trị tình cảm đối với anh ấy."

"Thật thú vị," Lia nói. "Bạn có biết tại sao anh ấy lại yêu thích chiếc mũ đó đến vậy không?"

"Anh ấy đeo nó suốt vì thích đội bóng. Tôi không biết có tình cảm đặc biệt nào ngoài đội bóng. Và trong giấc mơ, lúc đó, cho đến khi anh ấy nói ra. Rồi hành lang mở rộng ra và chúng tôi thấy mình trong một căn phòng rộng lớn, thoáng đãng, giống như một hội trường. Ở giữa phòng là một chiếc máy chém khổng lồ."

"Cái gì! Thật kỳ lạ!" Alfred nói.

"Nó hơi đáng sợ," Lia nói.

"Còn nữa. Ở phía trên, trên lưỡi dao là chiếc mũ của Arden và dưới đó có một tấm biển ghi: 'Đầu đặt ở đây.'"

Lia và Alfred thốt lên.

"Arden nói anh ấy không còn thích chiếc mũ đó nữa. Và lúc đó trời tối sầm lại và chúng tôi nghe thấy tiếng bước chân nặng nề tiến về phía chúng tôi. Tiếng giày boot. Tiếng xích sắt hoặc giáp sắt kêu lách cách. Rồi đèn sáng trở lại khi một người đàn ông đội mũ trùm đầu bước vào. Anh ta đến chiếc máy chém và mài dao, từng con một."

"Rồi sao nữa?" Alfred hỏi.

"Rồi một màn hình máy tính hiện lên với dòng chữ 'ĐANG TẢI' và hình ảnh hai người họ xuất hiện. Họ nói hai từ:

'CẢNH BÁO HỌ.'

"Rồi sao nữa?" Alfred hỏi lại.

"Rồi Uncle Sam đánh thức tôi dậy và hỏi liệu tôi có biết Lia ở đâu không."

"Đó không phải là nhiều thông tin để điều tra," Lia nói, 'Anh ta có thích cái mũ đó không? Và ai cần được cảnh báo?'

"Đội bóng yêu thích của Arden là Boston Red Sox và vẫn là vậy. Cái mũ là quà tặng cho anh ta - hàng thật -

anh ta sẽ không bao giờ để nó lại, dù có chuyện gì xảy ra. Tuy nhiên, anh ta đã cân nhắc để lại nó trong giấc mơ ít nhất hai lần."

"Nhưng ông ấy không đủ can đảm để đưa đầu vào máy chém để lấy nó," Alfred nói.

"Ai mà làm thế!" Lia hỏi.

"Tôi ước chúng ta có thể dùng máy tính của Arden. Tôi cá là có manh mối ở đó. Tôi cá là ông ấy có một tệp tin, thứ gì đó ẩn giấu mà tôi có thể tìm thấy. Có thể đó là lý do tại sao giấc mơ đó xảy ra. Và tại sao ông ấy cho tôi manh mối."

Lia tra cứu trên điện thoại về ý nghĩa của một giấc mơ có máy chém. "Nó nói rằng nó đại diện cho sợ hãi hoặc lo lắng. Bị chỉ trích hoặc xấu hổ về điều gì đó."

"Tôi nghĩ tôi có ý tưởng," E-Z nói khi lướt qua danh sách liên hệ trên điện thoại.

"Chờ đã," Alfred nói, "gọi Sam."

"Anh nói đúng, có lẽ tôi nên hỏi ý kiến anh ấy trước." Anh bấm số nhanh cho Sam, giải thích tình hình. Sam nói anh ấy đang trên đường đến nhà Arden, họ nên gặp anh ấy ở đó.

"Mọi thứ ổn trong này không?" Mẹ PJ hỏi. "Các con có muốn uống gì không?"

"Không, cảm ơn. Nhưng chú Sam đang đến nhà Arden và chúng tôi sẽ gặp ông ấy ở đó. Chúng tôi sẽ kiểm tra máy tính của Arden, xem anh ấy đã làm gì cuối cùng. Tiếc là máy tính của PJ đã hỏng."

"Đó là ý tưởng hay. Chúng tôi nghe nói bố mẹ Arden đã gọi bác sĩ, ông ấy có giúp được gì không?"

"Không, ông ấy không giúp được gì."

"Chúng tôi sẽ thông báo cho các bạn nếu có tin gì mới," Lia nói, vừa sờ trán PJ.

"Con là cô gái tốt," mẹ PJ nói. Rồi bà rời khỏi phòng, cố gắng kìm nén nước mắt.

Khi họ đến nhà Arden, Sam đang đợi họ bên ngoài. Anh mang theo laptop, một túi đầy dụng cụ máy tính và một số vật dụng khác.

Cùng nhau, họ vào trong, Sam đặt máy tính của mình gần đó, một chiếc laptop, cắm vào ổ điện bên kia phòng, rồi kiểm tra thiết lập của Arden. Máy tính của Arden được cắm trực tiếp vào ổ điện tường. Không có bộ bảo vệ nguồn điện để phòng trường hợp sốc điện bất ngờ. May mắn là anh luôn mang theo một cái trong túi.

Sau khi cắm bộ chống sốc điện, anh cắm máy tính của Arden vào đó. Họ chờ đợi – và không có gì xảy ra. Coi đó là dấu hiệu tốt, anh nhấn nút nguồn, và máy tính của Arden bật lên. Một mật khẩu được yêu cầu. Một mật khẩu mà không ai trong số họ biết.

"Có đoán được không?" Sam hỏi.

E-Z gõ vào "Boston Red Sox". Anh thử tên đệm của Arden là Daniel. Không được.

"Thử 'guillotine' xem," Alfred gợi ý.

"Trúng rồi!" E-Z reo lên, bây giờ anh chỉ cần tìm trong lịch sử.

"Để tôi," Sam nói, anh nhấp vào cài đặt, tìm kiếm điều gì đó bất thường. Không có gì khác thường.

"Anh ấy đã làm gì cuối cùng? Anh ấy có đang chơi game không?" E-Z hỏi.

Khi Sam nhấp để kiểm tra, thanh tiến trình đột ngột bùng cháy. Uncle Sam chạy đi dập lửa, khi anh quay lại, E-Z đã kịp dập tắt bằng một tấm chăn. "Hay đấy," anh nói.

"Hy vọng mẹ Arden cũng nghĩ vậy!"

"Lấy ổ cứng!" Sam nói, và anh làm ngay trước khi nó bị cháy. "Bây giờ chúng ta mang theo cái này và xem có thể tìm ra gì."

7
THẢO LUẬN

Khi họ trên đường về nhà, E-Z vẫn đang suy nghĩ về tin nhắn "Cảnh báo họ". Liệu đó có thể chỉ là một giấc mơ?

"Tôi tự hỏi," anh nói.

"Về chuyện gì?" Sam hỏi.

E-Z giải thích về giấc mơ và tin nhắn của mình, sau đó đề xuất ý tưởng mới để xem mọi người nghĩ sao.

"PJ và Arden đã thiết lập mọi thứ trên trang web để chúng ta có thể làm podcast trong tương lai. Tôi đang nghĩ liệu có nên sử dụng nó không, một khi chúng ta xác định được ai cần cảnh báo. Chúng ta có thể tiếp cận được rất nhiều người."

"Đó là một ý tưởng tuyệt vời!" Sam nói, "Nhưng chúng ta không nên xây dựng lượng người theo dõi trước sao? Như vậy khi chúng ta sẵn sàng truyền đạt cảnh báo, chúng ta đã có một số người đăng ký rồi."

"Tôi nên nói gì?"

"Hãy suy nghĩ về điều đó," Lia nói. "Và chúng tôi sẽ luôn ở bên cạnh bạn."

"Tôi sẵn sàng nói một vài lời."

Khi về đến nhà, họ bước vào trong.

8
BRANDY VẪN SỐNG

Khi lần đầu tiên cô ấy nhìn thấy anh, âm nhạc là điều họ có chung. Cô chơi piano, khá giỏi nhưng không xuất sắc. Giáo viên dạy nhạc của cô nói cô có tài năng bẩm sinh - dù không rõ đó là gì. Nhưng cô chỉ có thể chơi những bài hát có ý nghĩa với mình. Sau đó, cô sẽ nhớ và có thể chơi ngay lập tức. Tuy nhiên, việc ép cô chơi những bài hát cô không thích khiến cô ghét việc học nhạc.

Cô kiên trì theo đuổi. Buộc bản thân tiếp tục ngay cả khi ghét nó. Hy vọng có thể giả vờ đủ giỏi để vào ban nhạc trường.

Cha mẹ cô muốn có thành tích để chứng minh số tiền họ đã bỏ ra cho các buổi học. Họ ép cô tham gia thử giọng cho ban nhạc - để tham gia nhiều hơn vào các hoạt động trường học.

"Điều đó sẽ trông đẹp trên đơn xin nhập học đại học của con," cha cô nói.

"Hãy cố gắng hết sức, đó là tất cả những gì chúng tôi yêu cầu. Hãy làm hết sức mình!" mẹ cô nói.

Tuy nhiên, kỳ thi tuyển ban nhạc năm nay có rất nhiều học sinh tài năng. Một tay trống nam tài năng đã đang biểu diễn trên sân khấu khi cô bước vào hội trường.

Với lòng bàn tay ướt đẫm mồ hôi và trái tim đập loạn nhịp, cô di chuyển dọc theo hàng người. Một hàng học sinh và giáo viên vỗ tay và gõ nhịp bằng chân. Cô có thể cảm nhận sàn nhà rung động theo từng nhịp điệu.

Như một con robot, cô tiếp tục bước dọc theo mép hội trường, cho đến khi cô đến gần sân khấu nhất có thể.

Bây giờ cô lẻn ra cửa, đi vào hậu trường. Cô đứng cùng những người biểu diễn khác và vỗ tay như thể cô đã ở đó từ lâu.

Đó là một kế hoạch tuyệt vời. Mọi người đều quá tập trung vào buổi thử giọng của anh ta, họ thậm chí không nhận ra cô đã chen vào hàng.

"Anh ấy là ai?" cô thì thầm với cô gái đứng trước mặt trong hàng.

"Suỵt!" những diễn viên khác đang chờ đợi trả lời.

Anh ta tiếp tục đánh trống, mặc bộ đồ jean, mái tóc vàng bồng bềnh theo nhịp. Rồi anh ta nghiêng người gần micro và giọng hát trầm ấm của anh hòa vào nhịp điệu.

Cô đẩy mình gần hơn, và khi làm vậy, cô cảm thấy ngứa ngáy ở những nơi trước đây không có. Trên lòng bàn tay, cánh tay và chân cô. Cô gãi nhưng không thấy dễ chịu. Thậm chí, cơn ngứa càng dữ dội hơn, đến mức da cô như bốc cháy. Sau đó, hơi thở của cô trở nên khó khăn và nhịp tim chậm lại.

"Hãy bình tĩnh," cô thì thầm cả thành tiếng lẫn trong đầu.

Đó là điều cuối cùng cô nhớ trước khi tỉnh dậy trong một phương tiện đang di chuyển.

9
VỀ BRANDY

Chiếc xe đang lao nhanh trên cao tốc. Cô ngồi ở ghế sau. Chiếc xe đó là của ai? Đó không phải là chiếc xe cô nhận ra.

Cô cố gắng ngồi dậy; đầu cô đau nhức – như có một đoàn tàu đang lao qua. Cô nhắm mắt lại trong giây lát và lắng nghe, cố gắng tìm hiểu mình đã đến đây như thế nào. Chiếc xe có mùi lạ, vừa mới vừa cũ.

PFFT.

Lỗ thông gió phả ra mùi khiến dạ dày cô quận thắt, và cô nôn mửa.

"Này, cẩn thận nội thất," một giọng nam nói. 'Đây là da thật.' Điện thoại của anh ta reo, anh ta nói vào micro trên tấm che nắng. 'Vâng, chúng tôi sẽ đến ngay,' anh ta nói. Anh ta tắt máy rồi vặn volume radio lên.

Tay cô bị trói, không phải phía sau lưng như trong phim, mà phía trước, ngay trên dây an toàn đã cài chặt. "Tôi muốn về nhà!"

"Sắp đến rồi," giọng nam đáp lại qua tiếng nhạc của Drake.

Sau khi di chuyển khoảng ba mươi phút, anh ta dừng xe tại một trạm xăng. Anh ta khóa cửa, rồi đóng sầm cửa lại và bỏ đi mà không nói một lời.

Cô nhìn ra cửa sổ, cố gắng không nôn mửa lần nữa. Kẻ bắt cóc cô, dù là ai, đã vào trong. Cô hy vọng anh ta không phải là kẻ bắt cóc đòi tiền chuộc. Bố mẹ cô không có tiền để trả cho việc đưa cô về. Cô tập trung vào hiện tại, nhận ra rằng cửa xe không có tay nắm và nút mở cửa sổ không hoạt động.

Ở phía bên kia xe, nơi đang bơm xăng, cô thấy một người đàn ông.

"CỨU!" cô hét lên, dùng hết sức mình. Cô biết đây có thể là cơ hội duy nhất của mình.

Khi anh ta không đáp lại, cô đập mạnh tay vào cửa sổ bị trói. Ở trong chiếc xe như một bể cá này, thật khó để tạo ra tiếng động. Cô liếc nhìn lại và thấy kẻ bắt cóc đang trở lại xe, mang theo một lon nước ngọt và hai thanh sô-cô-la. Khi anh ta ngồi vào ghế lái, anh ta ném một thanh sô-cô-la qua vai về phía cô. Cô không bắt được, cô ghét loại đó, chưa kể cô vừa nôn xong.

"Tôi khát," cô nói.

"Cậu muốn gì?" anh ta hỏi, rồi vào trong, ra ngay lập tức với một chai nước.

Anh ta mở nắp và đưa vào tay cô. Mặc dù tay cô bị trói, sau vài lần cố gắng, cô cũng uống được một ít nước. Phần trước áo thun của cô ướt sũng nước. Cô không quan tâm, nó rửa trôi bớt mùi nôn mửa.

"Cảm ơn," cô nói.

Một lúc sau, họ lại trở lại cao tốc. Anh tăng tốc, chuyển làn vào làn nhanh và dây an toàn của cô bị tuột ra. Cô lăn lộn trong khoang sau xe, như một viên xúc xắc lăn không định hướng.

"Dừng lại, đồ điên!" người đàn ông hét lên khi cô cố gắng thắt lại dây an toàn bằng đôi tay bị trói.

Lốp xe kêu rít khi tài xế chuyển làn một cách liều lĩnh. Các tài xế khác phanh gấp để tránh va chạm. Rồi anh ta lao về phía lối ra. Anh ta đạp phanh gấp, dừng lại. Bước ra khỏi ghế trước, mở cửa sau.

Cô đã sẵn sàng, chân hướng về phía anh ta và đá anh ta bằng tất cả sức lực trong một cú đá hai chân mạnh mẽ. Anh ta ngã xuống đất và cô nhảy ra khỏi xe, chạy điên cuồng khi một chiếc xe đâm vào cô, rồi một chiếc nữa, rồi một chiếc nữa.

Anh ta leo trở lại xe và phóng đi.

"Con gái ngu ngốc!" anh ta hét lên.

10
BRANDY NHỚ

" Lại xảy ra nữa rồi, phải không?" mẹ cô hỏi, giúp Brandy ra khỏi xe đẩy siêu thị. 'Lần này là chuyện gì vậy?"

"Xin lỗi, mẹ,' cô thiếu nữ nói, cúi xuống buộc dây giày. Tay cô cảm thấy thật thoải mái, bây giờ không còn bị trói nữa.

Mẹ cô cúi xuống và thì thầm: "Lần này có giống lần trước không? Con có ngất xỉu không?"

Cô đứng dậy, liếc nhìn về phía cửa.

"Nói cho mẹ nghe," mẹ cô nói, kéo con gái đứng trước mặt mình để hai người gần nhau và không ai khác nghe thấy. Hơn nữa, không có ai khác trong lối đi của họ.

"Con đang ở trường, tham gia buổi thử giọng. Một cậu bé đang đánh trống solo và hát. Cậu ấy thật sự rất giỏi."

"Và cũng rất lãng mạn, phải không?" mẹ cô hỏi.

Cô cảm thấy má mình ửng hồng. "Tim em đập loạn xạ, tay chân ướt đẫm mồ hôi và em cảm thấy lạ lùng. Chợt em nhận ra mình bị trói ở phía sau một chiếc xe đang di chuyển!"

"Bị trói? Trong xe? Xe của ai? Ai lái xe? Các con đang đi đâu?"

"Tôi không nhận ra xe hay tài xế. Anh ta đang nói chuyện với ai đó qua tai nghe không dây. Anh ta lái xe bình thường cho đến khi lên cao tốc. Rồi anh ta lái như điên, tôi giả vờ dây an toàn bị tuột. Khi anh ta rẽ khỏi đường và dừng lại, tôi đá anh ta thật mạnh khiến anh ta ngã xuống và tôi chạy thoát."

"May mắn là con đã thoát khỏi đó. Có ai dừng lại giúp con không? Hy vọng con đã ghi lại số điện thoại của họ để tôi có thể gọi cảm ơn."

Brandy không nói gì, vì cô đang nhớ lại những chiếc xe, một, hai, ba, khi chúng đâm vào cô, và cô chết. Lại một lần nữa. Và cô tỉnh dậy ở cửa hàng tạp hóa cùng mẹ, lại một lần nữa.

"Nói với mẹ đi," mẹ Brandy nói.

"Tôi đã chết - lần nữa," Brandy nói, "và lại ở đây. Lại lần nữa."

Cô ngồi xuống sàn, hoặc đúng hơn là hai đầu gối cô run rẩy và cô ngã quỵ xuống. Mẹ cô theo sau, như một quân domino.

Họ ngồi bên nhau, nắm tay nhau mà không nói lời nào.

11
BRANDY RỒI

"Nhanh lên, Brandy!" là lời mẹ cô đã nói lần cuối cùng. Lần cuối cùng cô con gái duy nhất của bà qua đời – và hồi sinh.

Khi hầu hết các bậc phụ huynh phải đưa con cái đi siêu thị – họ không thể rời khỏi đó nhanh chóng.

Brandy không phải là một trong số những đứa trẻ đó. Cô thích cửa hàng hơn công viên, thể thao – hầu hết mọi hoạt động. Đưa cô đi mua sắm là cách duy nhất để đưa cô ra khỏi nhà.

Không hoàn toàn là lỗi của Brandy. Cô bé sinh ra với một bệnh tim hiếm gặp. Các bác sĩ nói cô sẽ khỏi bệnh khi lớn lên. Vì vậy, chạy nhảy và chơi đùa với các bạn khác không phải là lựa chọn của cô.

Do đó, cô bé đã yêu thích trung tâm thương mại, nhưng điều cô yêu thích nhất là siêu thị. Và mọi thứ luôn khá yên tĩnh ở khu vực thực phẩm. Trừ một lần khi họ phát miễn phí đĩa DVD. Brandy trở nên phấn khích đến mức không thể thở được, và họ phải đưa cô bé đến bệnh viện ngay lập tức.

Lúc đó cô bé mới ba tuổi.

12
BRANDY HÔM NAY

Bây giờ con gái cô đã mười bốn tuổi, dường như điều đó xảy ra ngày càng ít hơn. Tuy nhiên, cô vẫn tự hỏi điều gì sẽ xảy ra khi con gái cô lớn quá không còn vừa với xe đẩy siêu thị.

"Tại sao lại ở đây, con nghĩ sao?" Mẹ Brandy hỏi, 'Tại sao luôn chỉ có hai mẹ con và ở đây?'

"Con không biết, mẹ ạ, nhưng con biết một điều. Con muốn đi mua sắm. Con muốn mua thức ăn và đồ uống, và con sẽ đi ngay. Mẹ ở lại đây nếu muốn, con sẽ quay lại ngay. Đây, chơi Solitaire trên điện thoại của mẹ. Nó sẽ làm mẹ bình tĩnh và mua sắm sẽ làm con bình tĩnh."

Người phụ nữ ngồi xuống sàn, tập trung toàn bộ sự chú ý vào trò chơi Solitaire khi những chiếc xe đẩy ra vào. Con gái cô hiểu cô quá rõ. Tuy nhiên, điều cô đang cố gắng không nghĩ đến là phải nói với chồng mình bao nhiêu – hay chính xác hơn là ít đến mức nào. Cô đã không nói với anh ta lần trước, khi con gái cô qua đời, hay lần trước đó, hay lần trước nữa. Cô chỉ nói với anh ta rằng họ đã đi mua sắm và nó rất căng thẳng.

"Con sẵn sàng rồi," Brandy đã nói, lúc đó cô bé còn nhỏ, tay ôm đầy ngũ cốc và bánh pop tart.

Họ tiến về quầy thanh toán tự động.

"Để con làm đi, mẹ!"

Đó là điều Brandy luôn nói. Cô bé thích xem nhân viên quầy thanh toán quét từng món đồ. Và trời ơi, nếu quét sai thì thật là thảm họa.

Brandy và mẹ cô đã hoàn tất việc mua sắm trong ngày và trở về xe. Brandy ngồi ở ghế trước và thắt dây an toàn. Họ lái xe đi, chỉ dừng lại một lát ở quầy drive-through để mua hai ly kem hot fudge.

"Hôm nay chúng ta đã mua được những món hời thật tuyệt vời," Brandy nói lúc đó và cô lặp lại lời đó bây giờ.

"Mẹ biết con thích, nhưng mẹ vẫn muốn nghe thêm về, ừm, sự việc hôm nay. Con có nhớ gì khác về những gì đã xảy ra không? Con chắc hẳn đã rất sợ hãi, ở một mình trong xe với một người lạ? Điều mẹ không hiểu là, tại sao chuyện này lại xảy ra. Lần này có gì khác so với những lần trước không? Con nói rằng một phút trước con còn ở buổi thử giọng của dàn nhạc trưởng, và phút sau đã ở trong xe?"

"Vâng, con đang chờ đến lượt biểu diễn cùng các bạn khác. Chúng con đang nghe một cậu bé đánh trống. Cậu ấy thật tuyệt vời, vừa hát vừa chơi. Khi con sắp đến lượt, ZAP, con biến mất."

"Ôi, con không thích tiếng ZAP đó."

"Đó là cách nó xảy ra, mẹ ạ. Đầu tiên tay con ngứa, rồi đến chân, rồi tay."

"Con không kể cho mẹ về việc ngứa trước đó sao?"

"Đó là chuyện thường xảy ra. Thường thì tôi tự trấn an mình. Lần này không hiệu quả và, à, mẹ biết đấy, từ 'Z' ấy."

"Mẹ phải hỏi, nhưng con có nghĩ rằng điều này xảy ra vì con muốn tránh buổi thử giọng không? Ý mẹ là việc tự mình tham gia thử giọng. Đó không phải là điều con hào hứng làm."

Brandy gõ ngón tay lên tay vịn cửa. "Con không bao giờ nhảy vào xe của một người lạ để tránh buổi thử vai," cô nói.

"Được rồi, con yêu," mẹ cô nói, mắt đỏ hoe. Bà đã nói sai – lại một lần nữa. Bà luôn nói sai khi nói về những chuyến phiêu lưu của con gái mình... bà nên gọi đó là gì nhỉ? Những chuyến phiêu lưu của con gái mình.

"Không sao đâu, Mẹ."

Họ lái xe im lặng một lúc. Đó là sự im lặng thoải mái.

"Mẹ muốn biết cách giúp con," mẹ Brandy nói. "Lần sau..."

"Con biết mẹ muốn giúp, nhưng mẹ không ở đó khi điều đó xảy ra. Con phải tự mình xử lý."

"Có điều gì luôn xảy ra – trước khi con biến mất?"

"Con ước gì con nhớ được, Mẹ, nhưng lần này cũng như lần trước, con không nhớ." Cô nhìn ra cửa sổ, rồi khoanh tay lại.

"Thôi, khi ở nhà con có thể tập luyện, tập luyện, tập luyện. Như vậy con sẽ chuẩn bị kỹ hơn cho buổi thử giọng ngày mai."

"Đó là buổi thử giọng chỉ diễn ra trong một ngày. Nên năm nay con không có cơ hội. Hơn nữa, bố không thích con tập luyện, đặc biệt là khi ông ấy làm việc ở nhà. Ông ấy nói điều đó khiến ông ấy đau đầu."

"Bố không có ý đó đâu," cô nói. "Con sẽ nói chuyện với ông ấy. Dù sao, con muốn chơi piano như một nghề, đúng không? Ý con là sau khi con tốt nghiệp. Và tôi sẽ gọi cho thầy giáo của con – xin một ngoại lệ cho quy định."

"Tôi muốn nghe xem cuộc trò chuyện đó diễn ra thế nào!" cô cười. "Xin chào, ông Hopper, tôi là mẹ của Brandy, và con gái tôi, à, nó đã du hành thời gian vào một chiếc xe đang chạy nhanh với một người lạ, rồi, nó đã chết. Vậy, con có thể tham gia thử giọng cho ông vào ngày mai không?"

"Đó là điều tàn nhẫn," mẹ cô nói. 'Con đã thay đổi ý định về việc theo đuổi sự nghiệp âm nhạc chưa? Chắc chắn họ sẽ làm ngoại lệ cho học sinh mà?'

"Có thể họ làm, nhưng tôi không quan tâm. Tôi đã bỏ lỡ cơ hội đó. Luôn có lần sau. Hơn nữa, tôi muốn trở thành một người mua sắm, tôi nghĩ đó là lý do tại sao tôi luôn quay lại cửa hàng tạp hóa hoặc cửa hàng quần áo. "Nhớ lần đó không?"

Mẹ cô gật đầu.

"Sau khi làm nhân viên bán hàng, rồi pianist, rồi giáo viên," cô thiếu nữ nói, buông tay ra và cắn móng tay.

Mẹ cô liếc nhìn cô, 'Đừng con yêu. Cắn móng tay không vệ sinh đâu.' Brandy ngồi lên tay mình. 'Theo thứ tự đó sao?' mẹ cô nói, cười.

"Có thể ngược lại," Brandy reo lên khi xe vào driveway. 'Bố chưa về nhà.'

Cô dùng remote mở cửa gara mà không trả lời con gái. Vâng, chồng cô lại về muộn. Anh ấy về nhà muộn hơn mỗi đêm. Anh ấy nói công việc giữ anh lại, bắt anh làm thêm giờ mà không trả tiền làm thêm. Cô ghét việc anh ấy không bao giờ về nhà để gặp Brandy trước khi cô bé đi ngủ. Ít nhất họ đã chuẩn bị sẵn đồ ăn nhẹ. Cô sẽ chuẩn bị bữa tối, đưa cô bé vào phòng. Như vậy cô và chồng có thể ăn tối cùng nhau. Sẽ là một đêm đẹp đẽ, chỉ có hai người họ.

"Lấy túi đi," cô nói.

"Vâng, mẹ," Brandy đáp khi họ bước vào nhà.

13
ÚC OUTBACK

Cậu bé ở vùng Outback phía Bắc Australia đã sống trong một chiếc hộp. Khi họ tìm thấy cậu, cậu mới mười hai tuổi. Cơ thể cậu bị biến dạng do ngồi với lưng cong và đầu gối co lên - trông như một chiếc hộp. Ngay cả khi họ phá vỡ chiếc hộp và đưa cậu ra ngoài.

Cậu không thể nói, hoặc cậu không muốn nói. Cho đến khi cậu bắt đầu tin tưởng lại. Rồi cậu duỗi người ra và cơ thể cậu thư giãn.

Cậu thích những giọng nói nhẹ nhàng, thì thầm. Những tiếng ồn ào, bất kỳ âm thanh lớn nào cũng khiến cậu sợ hãi. Cậu run rẩy và co ro lại. Cậu tìm kiếm và kêu khóc: "Hộp!"

Họ đã giữ nó ở đó, trong góc. Cho đến khi những người ở Sydney nói rằng cậu sẽ không bao giờ khá hơn trừ khi nó bị phá hủy.

Anh ta giúp họ làm điều đó, với một chiếc búa tạ, gần bằng kích thước của anh ta. Khi nó vỡ thành những mảnh nhỏ, mắt anh ta lật ngược lại và anh ta biến mất. Đi xa. Ở đâu đó trong tâm trí anh ta. Không thể với tới.

Không ai biết anh ta là ai. Hay anh ta thuộc về ai. Loại cha mẹ nào lại nhốt con mình trong một cái hộp, như một con vật?

Tuy nhiên, anh ta không bị đói. Không phải vì thiếu thức ăn. Và anh ta cũng không bị mất nước.

Điều đó có nghĩa là có ai đó ở gần đó. Họ chờ đợi, những người kiểm lâm, cảnh sát, hy vọng họ sẽ quay lại – nhưng họ không quay lại. Vì vậy, họ phải biết rằng chiếc hộp trong hộp đã bị phá hủy.

Một đội ngũ nhà tâm lý học đã lắp đặt camera trong nhà, để có thể theo dõi cậu bé từ xa ở Sydney.

Những người khác, từ khắp nơi trên thế giới, muốn "tham gia" vào việc quan sát cậu bé. Một số đang viết luận văn về lạm dụng trẻ em, về sự bỏ bê. Họ đã cố gắng leo lên đầu danh sách.

Cậu bé lắc lư qua lại mà không nói một lời. "Hộp!" là nỗ lực duy nhất của cậu. Nhưng cậu biết điều gì đang xảy ra. Cậu nghe thấy họ thì thầm. Những triệu phú muốn nhận nuôi cậu bé. Cậu không đi đâu cả. Cậu sẽ ở lại đây. Đây là nhà của cậu.

Cậu bé, người chưa từng ngủ trên giường trước đây – hoặc nếu có, cậu không nhớ – không muốn ngủ trên giường bây giờ. Thay vào đó, cậu cuộn mình thành một quả bóng và ngủ ở góc sàn nhà. Cậu không cần gối và chăn mà họ để lại cho cậu. Những thứ xa xỉ đó không được động đến.

Trong khi họ quyết định làm gì với cậu, một nữ tu được chỉ định. Ở Úc, nữ tu cũng được gọi là y tá. Trong một số trường hợp, nữ tu cũng là nữ tu (tu sĩ). Ngoài ra, một nữ tu là y tá có thể là nam. Nếu nữ tu/y tá đó là nam.

Nữ tu/Y tá của cậu bé là một phụ nữ tốt bụng, luôn búi tóc gọn gàng. Cô mặc bộ đồng phục trắng với đôi giày cùng màu, phát ra tiếng kêu mỗi bước đi.

Lần đầu tiên cô cố đắp chăn lên người cậu bé, cậu hét lên như bị một đám mây giận dữ tấn công.

"Thôi nào, thôi nào," Nữ tu nói. Cô run rẩy, rồi nhấc chăn lên. Cô quấn chăn quanh vai mình, và cậu bé thở hổn hển.

"Nó mềm lắm," cô nói.

Cô ôm chặt nó. Ngửi nó.

"Nó rất mềm và ấm," cô thì thầm.

Cậu bé đưa tay chạm vào mép chăn. Cậu vuốt ve nó, như thể nó vẫn còn trên con cừu nơi nó được lấy ra.

"Em có muốn nó không?" Cô y tá hỏi.

Cậu bé từ chối trong hai ngày, rồi cho phép cô quấn nó quanh vai mình. Sau đó, cậu ngủ với nó, như thể nó là một sinh vật sống. Ôm nó như ôm một em bé, thì thầm với nó. Cuối cùng, cậu tìm thấy sự an ủi trong nó và không cho cô lấy lại hay giặt nó.

Vào sáng thứ tư của ngày tự do của cậu bé, các con vật bắt đầu tụ tập ngoài sân trước của khu đất. Đầu tiên là một con kangaroo cái. Nó nhảy xuống chân cầu thang, rồi ngồi xuống và nhìn chằm chằm vào cửa. Tiếp theo, một con emu đến và làm tương tự. Rồi một con quạ, một con vẹt và một con galah xuất hiện. Những con chim thay nhau hót, tiếng hót của chúng dường như gọi cậu bé ra ngoài. Trước đó, cậu không có ý định mở cửa hay ra ngoài. Tuy nhiên, khi thấy những con vật và chim, cậu lập tức ra ngoài để gặp chúng.

Chị gái đứng sau cánh cửa trước bằng lưới sắt, quan sát cậu bé. Cô không thích chó, mèo hay chim – thực ra, chúng khiến cô sợ hãi – nhưng những con vật hoang dã này khiến cô kinh hoàng. Cô sẽ ra ngoài nếu cần thiết. Cô hy vọng họ sẽ cử ai đó ra giúp cô sớm.

Cậu bé đứng trên hiên nhà, hít thở không khí. Cậu dang rộng hai tay, càng rộng hơn, rồi hít thật sâu không khí bên ngoài. Cậu hít vào một cách tham lam.

Người chị mong anh là con trai ruột của mình, nhìn ngực anh phập phồng trong thân hình nhỏ bé.

Rồi điều đó xảy ra.

Cậu bé bắt đầu bay lên, như một quả bóng bay đang cất cánh, nhưng anh không phải là quả bóng, và anh không bị buộc vào sợi dây – anh là một cậu bé.

Người chị chạy ra. Cô yêu cậu – và cậu đang rời xa. Cánh cửa lưới phía sau cô đổ sập.

"ĐỪNG ĐI!" cô hét lên, vươn tay về phía cậu với những ngón tay nắm chặt.

Khi cậu bé trượt đi. Những bàn chân nhỏ của cậu bay lên. Đưa cậu ra xa hơn. Ba con chim mang cậu đi, tiếp tục bay.

Cô nắm lấy, nhưng cậu đã quá xa. Và thế là, cô nhìn theo, khi một con kangaroo mẹ ngước mắt lên.

Cậu bé rơi xuống, nằm trên vai mẹ kangaroo. Cô ngồi cao, hai tay ôm cổ con kangaroo, và nhảy đi. Bên cạnh họ, một con emu chạy theo kịp.

Chị gái, không biết phải làm gì khác – chạy vào nhà lấy chìa khóa xe. Cô khởi động động cơ và đuổi theo cậu bé, cho đến khi không còn thấy cậu nữa.

Cậu bé từng sống trong một chiếc hộp, đã bị đưa ra khỏi thế giới con người. Cậu đã đến thế giới nơi động vật chăm sóc lẫn nhau. Và đứa trẻ này, là một trong số họ. Cậu là gia đình.

Và cậu bé hát những bài hát, bằng giọng hát mà cậu biết từ sâu thẳm trong lòng mình. Cậu cười vang và hạnh phúc, khi được mang đi, đến nơi trong trái tim cậu. Nơi cậu thuộc về, nơi cậu luôn được định sẵn để trở thành.

14

Cậu bé cô đơn

Trong khu rừng cấm của Nhật Bản, tiếng khóc của một đứa trẻ vang lên. Những con chim tụ tập lại, hòa theo tiếng khóc, khuếch đại lời cầu cứu của cậu bé cô độc. Một con cú Scops xuất hiện, đuổi hết những con chim khác đi. Nó ngồi gần đó, canh gác và chờ đợi.

Tiếng còi báo động của một chiếc xe vang lên. Tiếng kêu thảm thiết của nó lấn át tiếng khóc của đứa trẻ. Cậu bé đang ngồi trong ghế trẻ em. Đó là ghế từng được đặt ở hàng ghế sau của một chiếc xe.

"Click, click," và tiếng còi xe ngừng lại, đủ lâu để người lái xe nghe thấy tiếng khóc yếu ớt của đứa trẻ. Cô và chồng vội vàng chạy vào rừng, nơi họ tìm thấy đứa trẻ đang sợ hãi và cô đơn. Cùng nhau, họ an ủi cậu bé.

Một số con chim sáo vẫn ở lại, quan sát. Đánh giá tình hình. Chúng xào xạc lông và hót lên. Như thể đang tường thuật trực tiếp về việc cứu đứa trẻ.

Người phụ nữ tháo dây an toàn cho đứa trẻ. Cô ôm chặt nó và hỏi những câu mà nó còn quá nhỏ để trả lời. Những câu như: "Mẹ con đâu, Ko? Bố con đâu?" (Dịch: Mẹ con đâu, con? Bố con đâu?)

Chồng cô tìm kiếm xung quanh. Anh gọi to. Khi không ai trả lời, anh tìm kiếm dấu vết. Dấu chân người lớn. Không có gì.

"Không có dấu chân," anh ta nói, lắc đầu không tin. Đối với anh ta, rừng không phải là nơi anh ta thích. Anh ta thích thành phố và tiếng ồn. Chính anh ta là người vô tình làm kêu còi báo động xe. Anh ta hy vọng vợ mình muốn rời đi. Anh ta đã hứa sẽ đưa cô ấy đi ăn trưa tại nhà hàng yêu thích của cô ấy. Đó là lúc cô ấy nghe thấy tiếng trẻ con và chạy vào rừng.

Anh đã theo vợ, để bảo vệ cô ấy. Trong thành phố, họ tránh những khu vực có thể có kẻ săn mồi ẩn nấp. Dụ dỗ những người vô tội, tin tưởng – như vợ anh – vào nguy hiểm.

Rừng, đặc biệt là khu rừng này, tràn ngập âm thanh. Tràn ngập ánh sáng. Và đứa trẻ, họ không thể bỏ lại đứa trẻ.

"Đi thôi," anh nói. "Chúng ta sẽ đưa nó đến bệnh viện, để chắc chắn nó ổn và họ có thể liên hệ với cảnh sát để xem nó thuộc về ai."

Cô ôm chặt đứa trẻ vào ngực, vuốt ve lưng nó, như một người mẹ làm với con mình. Trong tâm trí cô, nó chính là con cô. Đứa trẻ cô chưa bao giờ có thể có, đã gọi tên cô và cô đã bước vào khu rừng cấm và nhận nó làm con.

"Nó là của tôi," cô nói, ban đầu là một cách thách thức, rồi nhẹ nhàng hơn, "Ý tôi là, của chúng ta. Con của chúng ta. Con trai mà anh luôn mong muốn."

Chồng cô nhìn đứa bé. Nó cần họ. Và nó quá nhỏ, quá trẻ để nhớ bất cứ điều gì trước đây. Nó đã tin tưởng họ. Không ai biết, anh nghĩ. Và liệu có đúng không, khi mang đứa trẻ này về làm con của mình?

"Không ai biết," vợ anh nói, như thể cô đã đọc được suy nghĩ của anh.

Điều này thường xảy ra sau mười hai năm chung sống. Họ nghĩ giống nhau. Nói cùng lúc. Hoàn thành câu của nhau.

Họ là một cặp vợ chồng yêu thương và ổn định. Cùng nhau, họ có rất nhiều điều để cho một đứa trẻ. Nhưng số phận chưa ban cho họ một đứa con của riêng mình.

Cô đưa đứa trẻ cho chồng và chờ đợi.

Những con chim trên trời có thể thấy cánh tay cô run rẩy. Chúng hót vang, khuyến khích cô nhận đứa trẻ. Giúp anh quyết định rằng đứa trẻ bây giờ là của họ.

Cô đã nhận nó vào trái tim và linh hồn mình. Chồng cô cũng vậy, nhưng anh đang đấu tranh với sự ích kỷ trong lòng. Anh muốn làm điều đúng đắn, không phải điều ích kỷ.

"Con có muốn đến sống với chúng ta không?" anh hỏi đứa trẻ.

Mặc dù cậu bé không trả lời, ba người họ cùng nhau trở lại bãi đậu xe. Họ đặt cậu bé vào giữa ghế sau, xa khỏi túi khí.

Những con chim và con cú gật đầu, rồi bay vào rừng.

15
Một người phụ nữ

S**A MẠC
TRÁNG MIỆNG**

Một bà lão ngồi đung đưa trên ghế, qua lại, qua lại. Ký ức của bà thoáng qua như mây. Thường xuyên nằm ngoài tầm với.

Sự   đang ập đến. Sớm thôi, nó sẽ thay thế mọi thứ trong tâm trí bà bằng hư vô.

Bệnh Alzheimer không chọn nạn nhân theo ý muốn hay nhu cầu của người bệnh. Mục đích của nó - gây   Làm xa cách. Xóa bỏ.

Bà đã đối mặt với nó, cho đến một ngày mọi thứ đảo lộn.

Đó là cách bà gọi nó bây giờ, đảo lộn. Hoặc T/T cho ngắn gọn. Điều kia đã tồi tệ, ngày càng tệ hơn. Nhưng đảo lộn có nghĩa là bà không điên và hơn thế nữa, nó có nghĩa là bà không còn cô đơn – không còn nữa.

Trong tâm trí cô, cô thấy mọi thứ. Đôi khi nó diễn ra chậm rãi, như thể cô đã nhấn nút trên điều khiển từ xa. Đôi khi các cảnh quay lặp đi lặp lại, ngược xuôi, lặp lại liên tục. Đôi khi cô ở giữa sự việc, quan sát trực tiếp như một nhà báo.

Lúc đầu, cô sợ bị thương hoặc bị giết. Cô đã chứng kiến những điều kinh hoàng. Nhưng khi nhận ra những người xung quanh không thể nhìn thấy hay nghe thấy cô, cô mới có thể thư giãn. Trừ các thiên thần, họ biết cô ở đó, nhưng họ không để người khác biết sự hiện diện của cô.

Như lần tâm trí cô bay đến Hà Lan. Cô đã ổn định, quan sát cô bé. Cô đã khóc khi đứa trẻ mất thị lực. Cô cảm thấy vô vọng, vì không thể làm gì ngoài việc quan sát. Điều đó cũng thay đổi theo thời gian.

Rồi Lia và E-Z trở thành bạn, và Alfred, con thiên nga, gia nhập nhóm. Cô quan sát họ, lắng nghe. Cảm thấy như một thành viên vô hình, vô thanh của đội. Cô chứng kiến họ hợp tác và trở thành bạn thân thiết.

Rồi đột nhiên, cô nói chuyện với Lia trong tâm trí, và cô bé trả lời. Một thế giới mới mở ra trước mắt Rosalie.

Ban đầu, cuộc trò chuyện của họ khá hạn chế. Mặc dù có sự chênh lệch tuổi tác lớn, hai người có một số điểm chung. Như tình yêu dành cho ballet.

Kể từ khi các thiên thần thay đổi quy tắc, Rosalie theo dõi The Three chặt chẽ hơn. Tuy nhiên, những cuộc trao đổi này vẫn chưa đủ để thách thức trí óc cô, để giữ cho tâm trí cô bận rộn.

Đó là lúc Rosalie phát hiện ra The Others. Những đứa trẻ có khả năng đặc biệt ở các vùng khác nhau trên thế giới – và cô có thể trò chuyện với họ.

Đầu tiên là Brandy, một thiếu niên sống ở Mỹ. Sau đó là Lachie, còn được gọi là Cậu Bé Trong Hộp. Thứ ba nhưng không phải cuối cùng là Haruto, sống ở Nhật Bản. Haruto là người trẻ nhất trong số họ. Cả ba đứa trẻ đều có khả năng đặc biệt. Và cô là người duy nhất kết nối họ.

Hiện tại, Lia vẫn giữ liên lạc với Alfred và E-Z, nhưng sớm muộn gì cô cũng phải kể cho họ nghe về những đứa trẻ khác.

Rosalie run rẩy khi nhân viên y tế mang thức ăn đến. Mứt đỏ. Món yêu thích của cô. Cô ăn miếng đầu tiên sau khi đổ một ít kem lên. Kem đáng lẽ phải cho vào cà phê.

Trong đầu, cô cảm ơn cô gái mang thức ăn, vì Rosalie không thể nói. Cô không thể nói. Cách duy nhất cô có thể giao tiếp là trong tâm trí...

Gọi The Three đến thăm cô tại Nhà dưỡng lão không seem like là điều đúng đắn. Hiện tại, cô sẽ để Lia giữ bí mật về cô, và cô sẽ ghi chép về Brandy, Lachie và Haruto vào một cuốn sách.

Cô phải giấu nó, khỏi các thiên thần trưởng. Cô sẽ giữ một tệp bí mật. Cô sẽ không để mất dấu vết của những đứa trẻ này, dù có chuyện gì xảy ra.

"OH!" cô thốt lên, với tay vào ngăn kéo trên cùng của tủ đầu giường bên cạnh. Cô nhớ ra một món quà. Một cuốn sổ tay, trên bìa có dòng chữ: "Chúc mừng sinh nhật!"

Cô ghi chép vội vàng trên vài trang đầu. Không viết thành câu chữ rõ ràng, rồi khi đến trang thứ mười ba. Con số mười ba luôn là con số may mắn của cô, cô bắt đầu viết về Brandy, Haruto và Lachie. Có quá nhiều điều để viết. Khi tay cô đau, cô dừng lại, duỗi tay một lúc, rồi tiếp tục viết.

Rosalie tự hỏi liệu có những đứa trẻ khác ngoài ba đứa mới này không. Nếu cô chờ một thời gian, chúng có thể sẽ nói chuyện với cô. Sẽ tốt hơn nếu cô tiết lộ bí mật của mình khi tất cả các đứa trẻ đã lộ diện.

Rosalie cẩn thận không viết ″Bí mật″ hay ″Riêng tư″ lên bìa ngoài cuốn sách. Cô mừng vì nó không đi kèm chìa khóa. Ba thứ đó sẽ khiến bất kỳ ai nhìn thấy cuốn sổ muốn đọc nó. Họ sẽ tò mò, như một con mèo. Có rất nhiều người cùng tuổi cô cũng tò mò. Nhưng họ sẽ không muốn đọc sau khi thấy mười ba trang đầu lộn xộn.

Cô lật đến cuối cuốn sách. Rosalie đã viết đầy mười ba trang cuối cùng bằng nét chữ lộn xộn hơn. Rồi cô đặt cuốn sách và bút trở lại ngăn kéo và đóng lại.

Cô mỉm cười, ngả lưng vào gối và đặt tay lên đó, nghĩ về bữa tối. Chủ yếu là món tráng miệng.

16

Bạn sẽ đứng ở đâu?

Trên thế giới này, chúng ta đang sống trong một thế giới đầy rẫy cả người tốt lẫn người xấu. Một thế giới được điều khiển bởi con người, những sinh vật không hoàn hảo và đầy khuyết điểm. Con người không phải là robot... Không được lập trình để trở nên tốt hay xấu.

Chúng ta học hỏi cuộc sống từ những gì chúng ta thấy, những gì chúng ta nhận ra, những gì chúng ta được dạy và những gì chúng ta trở thành.

Chúng ta học từ những nền tảng đã được xây dựng sẵn. Khi chúng ta trưởng thành và mở rộng tầm nhìn, những lựa chọn phải được đưa ra.

Chính chúng ta phải áp dụng kiến thức đã học. Phải lựa chọn giữa đúng và sai.

Qua các thời đại, những người vĩ đại đã bị lừa dối. Những người vĩ đại và quyền lực. Ngay cả người lớn.

Đôi khi quyết định rất dễ dàng. Không có vùng xám. Đôi khi có những lực lượng ngoài tầm kiểm soát của chúng ta, dẫn dắt chúng ta. Những người khác ép chúng ta tuân theo mã đạo đức của họ. Đôi khi có những yếu tố bất ngờ.

Giả sử chúng ta đang trên một con đường, và ai đó dựng lên một chướng ngại vật. Chúng ta có thể phá bỏ nó hoặc dừng lại và chờ người đó gỡ bỏ. Chúng ta có thể lựa chọn.

Cuộc sống là về những lựa chọn. Những lựa chọn chúng ta đưa ra có thể định hình cuộc đời chúng ta. Chúng ta theo con đường đó, với những viên gạch được xếp đặt từ những quyết định đúng đắn của mình.

Hoặc chúng ta có thể để bản thân bị dẫn dắt sai lầm. Bị lừa dối. Bị ép buộc đi ngược lại những gì chúng ta biết là đúng.

Khi điều đó xảy ra, mọi thứ có thể sụp đổ – như những quân domino.

Và sẽ có hậu quả cho hành động – hoặc sự thiếu hành động – của chúng ta. Không chỉ đối với bản thân chúng ta. Những gì chúng ta làm ảnh hưởng đến người khác.

Và cuối cùng, sau khi chúng ta chết, tất cả chúng ta đều bị bắt và giữ trong vòng tay của những Kẻ Bắt Hồn.

Ba nữ thần ác độc – The Furies – đang kiểm soát những Kẻ Bắt Hồn.

Những Kẻ Bắt Hồn đang bị chiếm đoạt.

Những linh hồn đang bay lượn mà không có nơi trú ngụ.

Những linh hồn vô gia cư.

Hỗn loạn đang đến gần.

Bạn sẽ đứng ở đâu?

17
Rosalie trong phòng trắng

Rosalie mở mắt. Đã đến giờ ăn sáng và cô đã yêu cầu một khay bữa sáng. Phòng cô nằm trên đường đi đến phòng ăn. Khi họ mang thức ăn đến đó, cô sẽ ngửi thấy mùi thịt xông khói. Điều đó khiến cô thèm thuồng. Và cà phê. Cô chờ đến lượt mình. Cô không có lựa chọn nào khác ngoài việc chờ đợi.

Cô biết họ thích cho cư dân ăn trong phòng ăn. Cô hiểu nhu cầu tuân thủ lịch trình. Dù vậy, cô biết họ sẽ đến lượt cô – sớm muộn gì cũng vậy. Họ luôn làm thế ở viện dưỡng lão nơi cô sống.

Cô nhìn một con chim họa mi trên cây ngoài cửa sổ và nghĩ đến việc ra khỏi giường để xem cho rõ. Nhưng khi cô kéo chăn ra và bước xuống thảm – cô cảm thấy lạ lùng. Mơ hồ.

Và cô rơi vào Phòng Trắng.

Không có gì thay đổi kể từ khi E-Z ở đó. Và không mất nhiều thời gian để Rosalie tìm được thăng bằng và bắt đầu khám phá.

Khi cô vuốt tay dọc theo kệ sách, cô có cảm giác déjà vu. Cô đã từng đến phòng này trước đây sao?

Cô di chuyển đến giữa phòng và quay xung quanh. Kệ sách kéo dài mãi mãi. Xa tít tắp. Chiều cao của chúng khiến cô choáng váng và cô khao khát được ngồi xuống để thở.

BINGO

Một chiếc ghế êm ái xuất hiện, và cô ngồi xuống. Cô ngả lưng ra sau, rồi nhận ra nó có bánh xe và có thể xoay tròn, cô xoay nó. Và xoay nó. Rồi cô nhắm mắt lại và nghỉ ngơi. Cô mừng vì chưa ăn sáng vì dạ dày cô hơi khó chịu khi phía trên cô, có thứ gì đó di chuyển.

Hay cô đã tưởng tượng ra?

"Có ai ở đó không!" cô hét lên, chỉ vào không khí và không ai. 'Tôi thấy anh di chuyển, anh, anh là ai, hãy ra đây, ra đây,' cô dỗ dành.

Quyết định rằng mình đã tưởng tượng ra, cô quay lại khám phá xung quanh. Và tự hỏi làm thế nào mình lại đến được nơi này.

"Tôi có phải đang ở trong phòng mình và tưởng tượng mình đang ở đây không?" Cô dùng móng tay cào vào tay ghế. Cô nhìn những vết xước nhẹ trên bề mặt da. Những vết xước đó có thể dễ dàng lau sạch bằng một chút chà xát. Dù sao cô cũng là khách, và khách luôn phải giữ gìn nơi mình ở. Nếu không, họ sẽ không được mời trở lại.

Trên đầu cô, thứ gì đó lại di chuyển. Lần này kèm theo tiếng cánh chim đập. Có phải có con chim bị kẹt ở trên đó, không thể thoát ra?

"Tôi đến đây, bé nhỏ," cô nói, đứng dậy và bước về phía thang.

Cấu trúc gỗ, như thể đọc được suy nghĩ của cô, lăn trên sàn và dừng lại trước chân cô.

"Lên đi!" nó nói.

Rosalie làm theo, và chỉ khi nó di chuyển, cô mới nhận ra rằng thứ đó đã nói chuyện với mình.

"À, cảm ơn," cô nói khi nó dừng lại.

"Không có gì," chiếc thang nói. "Cô đang tìm cuốn sách nào cụ thể không?"

Rosalie cười. "Tôi nghĩ tôi nghe thấy tiếng chim. Shhhh."

Cái thang cười. "Không có chim ở đây, thưa bà. Tiếng động cô nghe thấy đến từ những cuốn sách."

"Sách có cánh?" "Đúng vậy," cái thang trả lời. Rồi, "Cậu kia! Lại đây!"

Rosalie nhìn thấy một cuốn sách đen dày đẩy mình ra mép kệ. Rồi cánh mọc ra từ phía trước và sau. Nó bay xuống và đáp vào tay Rosalie.

"Ôi trời!" cô nói, nhìn vào lưng sách. 'Tôi nghĩ mình đã đọc cuốn này rồi."

DWOING.

Cuốn sách giật khỏi tay cô và trở về vị trí ban đầu trên kệ.

"Tôi xin lỗi,' Rosalie nói. Rồi với cái thang, "Tôi hy vọng mình không làm phật lòng ông Dickens."

"Nếu cô đã xong việc với tôi," cái thang nói, 'Tôi có thể đề nghị cô nhảy xuống không?"

"Tôi xin lỗi đã làm mất thời gian của ông,' cô nói.

"Không sao. Tôi rất vui được giúp đỡ."

Rosalie bước xuống và cái thang lao nhanh sang phía bên kia phòng.

Rosalie sờ trán, không, cô không sốt. Mức đường huyết của cô chắc hẳn đã xuống quá thấp. Và bây giờ cô sẽ không được ăn, không phải trong vài giờ nữa. Và tên trộm Agnes Lindsay sẽ ăn trộm bữa sáng của cô. Cô ta sẽ lẻn vào phòng cô và ăn hết sạch. Khi các nhân viên trở lại để lấy khay, họ sẽ nghĩ Rosalie đã ăn nó. Rosalie và Agnes là kẻ thù không đội trời chung.

Để quên đi cơn đói cồn cào, Rosalie tập trung vào sách. Một cuốn sách đặc biệt. Cuốn sách cô đã yêu thích và đọc đi đọc lại khi còn nhỏ. Nó có tên là "Anne of Green Gables" của... Cô không thể nhớ tên tác giả.

"Lucy Maud Montgomery," cái thang nói, khi nó lao đến bên cô. 'Nhảy lên đi,' nó nói.

"À, cảm ơn vì đề nghị, nhưng tôi quá đói và có lẽ cũng quá chóng mặt để leo lên."

"Hãy ngồi xuống," cái thang nói, 'Ở kia kìa.' Rồi cái thang huýt sáo và trên kệ sách cao, một cuốn sách di chuyển về phía trước. Nó mọc ra đôi cánh ở mặt trước và sau, rồi bay vào tay Rosalie. Cô ôm chặt nó vào ngực.

"Cảm ơn," cô nói.

"Còn gì nữa không?" cái thang hỏi.

"Không, trừ khi anh có một cặp kính đọc sách dự phòng nào đó giấu trong phòng này."

BINGO.

Cặp kính của cô xuất hiện và nằm gọn gàng trên mũi cô.

Cái thang trở về vị trí cũ.

Cổ chân Rosalie đau nhức.

BINGO.

Một chiếc thang khác xuất hiện dưới chân cô.

Cô mở cuốn sách. Bên trong là một bức vẽ phác thảo của Anne Shirley, nhân vật chính của cuốn sách. Cô vuốt ngón tay dọc theo đường viền mái tóc đỏ của cô bé mồ côi.

Anne nháy mắt với Rosalie. Cô chớp mắt, rồi mỉm cười đáp lại. Cô đã nghe nói về sách tương tác trước đây, nhưng cuốn này thật sự tuyệt vời!

Với đôi tay run rẩy, cô mở bản đồ Canada. Mắt cô theo dõi những mũi tên dẫn đến Đảo Hoàng tử Edward. Trong tâm trí, cô bước đi trên quãng đường đó – đến Green Gables. Bên ngoài ngôi nhà là gia đình Cuthbert. Họ đang chờ Anne.

Cô lật trang và bắt đầu đọc. Cô cười vang mỗi khi Anne gặp rắc rối.

Rồi bụng Rosalie réo lên, và cô thèm một thứ gì đó không phải là bữa sáng. Một món salad Jell-O. Một món mà mẹ cô thường làm cho cô vào những dịp đặc biệt khi cô còn nhỏ. Phần cô thích nhất là kem tươi trên cùng.

BINGO.

Trước mặt cô là một món salad Jell-O cầu vồng, lớp lớp xếp chồng lên nhau với một thìa kem tươi trên cùng. Cô nghĩ đến thìa và

BINGO.

Một chiếc xuất hiện. Nhưng rồi cô nhớ lại cách mẹ và cha cô sẽ mắng cô nếu cô ăn món tráng miệng trước. Cô nghĩ đến khoai tây nghiền. Nóng hổi với bơ tan chảy trên bề mặt. Oh, và thịt bò hầm với sốt cà chua. Và đậu Hà Lan tươi ngon vừa hái từ vườn.

BINGO.

Trước mặt cô là một bát khoai tây nghiền khổng lồ. Bơ tan chảy xuống hai bên. Đó là một tác phẩm nghệ thuật. Trông nó gần như quá đẹp để ăn.

Bên cạnh là một miếng thịt bò hầm vuông vức với một ít sốt cà chua trên mặt.

Và trong một bát riêng, đậu Hà Lan. Với một nhánh bạc hà trên mặt.

Cô mỉm cười. Khi còn nhỏ, cô không thích các món ăn chạm vào nhau. Trong căn phòng này, đầu bếp biết cô thích gì.

Nhưng đầu bếp đã quên đưa cho cô dụng cụ ăn. Cô tưởng tượng ra một con dao và một cái nĩa.

BINGO.

Những thứ đó cũng đến. Cô ăn ngấu nghiến. Cẩn thận không làm hỏng cuốn sách "Anne of Green Gables". Cuốn sách cảm nhận được nhu cầu được bảo vệ, bay lên và lơ lửng trong không trung, nơi Rosalie có thể dễ dàng với tới.

Rosalie ăn hết mọi thứ, bao gồm cả salad Jell-O, thứ rung rinh trên thìa.

Khi cô ăn xong

BINGO

đồ dùng, dao, thìa, v.v., biến mất.

Sau vài giây cảm ơn vì bữa ăn được ban tặng, cô ngước nhìn cuốn sách.

Nó bay đến cô, và cô tiếp tục đọc.

Đọc và chờ đợi.

Cô không biết mình đang chờ đợi điều gì, hay ai.

18
CHARLES DICKENS

Tại thành phố London, Anh, một thùng kim loại đã rơi từ trên trời xuống.

Thùng kim loại này không dài hay có hình dạng giống silo. Thực tế, vật thể này giống nhất với một viên nang. Điểm khác biệt là vật thể này có hình vuông và không có cửa sổ. Thay vì cửa sổ, tất cả các mặt của nó đều được phủ gương. Khi va chạm với mặt nước, nó trượt đi với một lực cực mạnh. Nó rơi xuống bờ sông Thames.

Hai người chứng kiến sự việc là John và Paul, hai thợ dò kim loại. Cả hai đều ở độ tuổi ba mươi. Họ kiếm sống bằng nghề dò kim loại. Vì vậy, họ được coi là thợ dò kim loại chuyên nghiệp.

Thời gian làm việc của các thợ dò kim loại không cố định. Họ là những người tự do và phải tự chịu trách nhiệm về việc bảo dưỡng và quản lý dụng cụ của mình.

Một thợ dò kim loại cần nhiều dụng cụ. Anh ta không muốn ra ngoài đào bới mà không chuẩn bị đầy đủ. Hầu hết đều mang theo một hộp dụng cụ bên mình. Bên trong có những vật dụng thiết yếu. Ví dụ: tai nghe, áo mưa, dây an toàn, dụng cụ đào bới, xẻng, thắt lưng dụng cụ, tạp dề (có túi), túi chống nước, balo, túi rác.

Hầu hết các cuộc đào bới của John và Paul diễn ra ở London, trên sông Thames. Theo quy định của pháp luật, họ phải mang theo giấy phép Standard và Mudlark. Những giấy phép này được cấp bởi Cục Cảng London.

Giấy phép cho phép họ đào sâu tối đa 7,5 cm nếu cần thiết (thang là bắt buộc dù có ý định đào hay không).

Trong trường hợp vật thể hình vuông – đã rơi trước mặt họ – cần phải suy nghĩ kỹ trước khi nhặt lên và yêu cầu quyền sở hữu.

"Muốn xem kỹ hơn không?" Paul hỏi.

John, người ít nói, gật đầu.

Họ lầm lũi tiến về phía trước, dụng cụ trên tay. Giày Wellington của họ kêu lạch cạch, đẩy bùn và nước ra mỗi bước. Bờ sông thường rất bẩn sau nhiều ngày mưa liên tục.

"Yêu cầu!" Paul nói.

"Được thôi," John nói.

Mặc dù cả hai đều nhìn thấy nó cùng lúc, anh biết đó cũng là quyền của mình. Họ là đồng đội, luôn như vậy và điều đó sẽ không bao giờ thay đổi.

Cả hai tiếp tục lội đến nơi. Nó trông như một quả cầu gương vuông và khi họ cố nhìn kỹ, tất cả những gì họ thấy là hình ảnh phản chiếu của chính mình.

"Tôi cần cắt tóc," John nói.

Paul khịt mũi, khi chạm vào bên cạnh nó bằng mũi giày. "Chắc chắn phải có cách mở nó," anh nói.

"Nó quá lớn để chúng ta lật được," John nói, khi lấy thước đo ra khỏi túi và đo chiều cao của một bên. Anh chỉ kết quả cho Paul, ghi 60 centimet.

Họ đi vòng quanh vật thể, thỉnh thoảng dừng lại gõ nhẹ. Cẩn thận không để lại vết tay bẩn trên bề mặt gương. Nhưng hy vọng sẽ chạm vào nút bí mật và mở nó ra.

Và lắng nghe. Để đảm bảo nó không phát ra tiếng tick tick.

"Có lẽ chúng ta nên mang nó đến bảo tàng hoặc báo cáo phát hiện này?" Paul đề nghị. "Họ sẽ cử xe tải hoặc cần cẩu đến để vận chuyển nó. Sau khi đội phá bom kiểm tra nó."

John lắc đầu.

"Nếu họ gửi đội phá bom đến, họ sẽ cho nổ tung nó. Mảnh vỡ kính sẽ văng khắp nơi, và yêu cầu của chúng ta sẽ vô nghĩa."

"Đúng, đúng," Paul nói. "Những người đó thích cho nổ tung mọi thứ. Ý tôi là, đó là một đặc quyền, phải không?"

"Tôi nghĩ vậy. Bây giờ chúng ta nên làm gì? Nó không kêu tick tick. Chúng ta an toàn về mặt đó."

"Đúng. Không cần đội phá bom," Paul nói. Anh ta đi vòng quanh vật thể, hai tay để sau lưng. Đó là cách anh ta suy nghĩ. John đi theo sau, bước chân khớp với anh ta, hai tay để sau lưng.

Paul nói: "Chúng ta cần xác định xem nó là gì và bao nhiêu tuổi. Chúng ta chỉ cần khai báo một số thứ theo Luật Tài sản Quốc gia năm 1996. Nó không trông giống vàng hay bạc và chắc chắn không quá 300 năm tuổi. Phát hiện này có thể là của chúng ta và chỉ của chúng ta, tức là chúng ta có thể không cần báo cáo cho FLO (Cán bộ Liên lạc Tài sản) địa phương."

"Chắc chắn không phải vàng hay bạc," John nói, gõ vào vật kim loại và lắng nghe. Nó phát ra tiếng rỗng. Anh gõ vào vài chỗ khác và lắng nghe.

Trên đầu họ, hai ánh sáng xuất hiện.

Một ánh sáng xanh và một ánh sáng vàng.

Chúng đáp xuống đỉnh của vật thể.

"Đi đi!" Paul nói.

"Chúng ta có bị điên không?" John hỏi, gãi đầu.

"Không nghĩ vậy," Paul trả lời.

Hai ánh sáng bay lên và lơ lửng xung quanh. Cả hai rơi xuống chân container. Khi chúng ổn định, ánh sáng nâng nó lên và giữ chặt. Sau vài giây, nó bắt đầu quay, chậm rãi lúc đầu, rồi nhanh dần. Chẳng mấy chốc, nó quay với tốc độ chóng mặt. Khi quay, nó bắt đầu phát ra tiếng hát với giọng cao vút.

Những người dò kim loại quỳ xuống và bịt tai bằng tay. Cơ thể họ run rẩy vì buồn nôn, giống như say sóng. Và họ rất sợ hãi.

"Có chuyện gì đang xảy ra?!" John hét lên.

"Tôi nghĩ thứ đó đang nở!" Paul trả lời.

Khi container rơi xuống đất, nó rung lên. Rung chuyển. Rung động. Khi hộp gương mở ra, một phần của nó hạ xuống như một cây cầu kéo trên bãi cỏ ven sông.

"Arrrgggggh!" những người tìm kiếm kim loại hét lên.

Họ chờ đợi, nhìn qua khe hở giữa các ngón tay. Không còn quan tâm đến việc chiếm đoạt thứ đó. Không còn quan tâm đến giá trị của nó.

Một cậu bé bước ra.

"Đó là một đứa trẻ," Paul nói, đứng dậy.

John cũng đứng lên và đặt tay lên hông.

"Chờ đã," Paul nói. "Nó mặc đồ giống những đứa trẻ trong Oliver Twist."

"Tôi đã tái sinh," cậu bé reo lên, nghiêng mũ rồi đội lại lên đầu. Cậu duỗi người, ngáp dài, rồi quan sát xung quanh. 'Nhìn kìa! Tòa nhà Quốc hội. Chúng đã thay đổi kể từ lần cuối tôi thấy. Và nghe này,' cậu nói khi đồng hồ điểm một, hai, ba tiếng. 'Tại sao họ lại nhốt Chuông Lớn vào lồng?' cậu hỏi.

"Ý cậu là lồng sắt à? Và nó gọi là Big Ben," Paul nói. "Và sao cậu ăn mặc như vậy? Cậu đang tham gia tiệc hóa trang sao?"

Cậu bé vuốt ve phần trước của áo khoác. Anh ta kiểm tra xem áo vest đã cài hết nút và ống quần đã xuống hết chưa. Anh ta quen mặc quần ngắn và những chiếc quần dài luôn muốn cuộn lên. Trên đầu anh ta là một chiếc mũ, anh ta tháo ra trước khi nói tiếp.

"Anh có biết đường đến Portsmouth không?" cậu hỏi. 'Mẹ và bố sẽ lo lắng cho tôi."

Những người thợ săn kho báu nhìn nhau, nhưng không ai nói gì. Lần đầu tiên trong đời, họ câm lặng.

"Tôi đi đây,' cậu bé nói, đội mũ trở lại.

POP.

POP.

Hadz và Reiki xuất hiện, và những tia sáng bay thẳng vào mắt cậu bé.

"Charles Dickens, cậu phải ở lại với hai người đàn ông này. Họ sẽ đưa cậu đến nơi cậu cần đến. Cậu phải ở cùng E-Z."

"Họ nói gì vậy?" John nói, xoa tai. 'Tôi nghĩ mình đang điên rồi."

"Họ nói anh ta là Charles Dickens. Charles Dickens! Và chúng ta phải giúp anh ta đến E-Z, dù anh ta là ai, khi anh ta về nhà,' Paul trả lời.

Charles Dickens. CHÍNH LÀ Charles Dickens. Còn được biết đến là họ hàng xa của E-Z và Sam... Anh ta cúi chào hai sinh vật giống tiên. "Tôi từng có một cuốn sách, có hình tiên trên bìa của Grimm. Các cậu biết ông ấy không?" anh ta hỏi.

Hadz và Reiki cười khúc khích, rồi biến mất.

POP

POP.

Charles Dickens đội lại mũ, "Tôi phải đi Portsmouth." Anh ta bắt đầu đi.

"Không, ông không thể," các thợ dò kim đồng thanh nói.

"Tất nhiên là tôi có thể," anh ta nói.

"Portsmouth là một quãng đường dài," John nói.

Phía sau họ, khối lập phương gương bắt đầu rung lắc và kêu lạch cạch. Rồi nó nói, "Cybus autem speculatam sẽ tự hủy trong 5, 4, 3, 2, 1, 0."

Những người dùng máy dò ngã xuống đất, che đầu bằng tay.

POOF.

Và nó biến mất.

"Phew!" Dickens nói. Rồi anh chỉ về phía The London Eye. 'Đó là cái gì vậy?' anh hỏi.

Những người dùng máy dò chạy ra trước Charles. Dẫn đường và dọn đường. Như hai hậu vệ bóng đá, họ giữ anh an toàn. Tránh xe đạp, người đi bộ và chó hoang. Dẫn anh sang những con đường khác để tránh xe điện, taxi và xe máy.

"Đó là The London Eye và từ đó có thể nhìn thấy hàng dặm xa."

"Có thể ăn gì đó sớm không?" Charles hỏi, xoa bụng.

"Sao không đến nhà tôi uống trà trước?" Paul đề nghị. "Mẹ tôi pha trà ngon lắm và có thể còn cho thêm vài chiếc bánh quy."

"Nghe hay đấy," Dickens nói. 'Thế thì tôi phải về nhà. Mẹ tôi chắc đang lo lắng không biết tôi ở đâu. Tôi không được phép ở ngoài muộn, và với vị trí mặt trời như thế này, chắc nó sắp lặn rồi."

Khi họ đến gần Convent Gardens, Dickens nhận ra một tấm biển. 'Nhìn kìa," anh nói. "Tên tôi được ghi ở đây."

John và Paul nhìn Charles Dickens.

"Cái gì?" anh ta hỏi.

"Anh sẽ trở thành nhà văn nổi tiếng nhất nước Anh mọi thời đại," John nói. "Và Oliver Twist là một trong những nhân vật nổi tiếng nhất của anh."

"Thật sao?" Charles hỏi.

"Đúng vậy," Paul nói. 'Và tôi không có ý xúc phạm anh hay gì cả, nhưng, anh biết đấy, William Shakespeare cũng khá nổi tiếng,' Paul nói.

"Shakespeare là một nhà viết kịch. Tôi có viết kịch không?" Charles hỏi.

"Không, ông viết tiểu thuyết. Vậy thì có lẽ ông đúng."

Họ đến nhà Paul, "Mẹ, đây là Charles Dickens," anh nói.

Bà đang ở trong bếp, mặc tạp dề và lau tay vào phía trước tạp dề trước khi bắt tay Charles.

"Có họ hàng gì với Charles Dickens không?" Mẹ Paul hỏi.

"Rất vui được gặp lại ông," John nói, chuyển chủ đề. 'Tôi có thể xin một tách trà với bánh mì và bơ được không?"

"Ba người vào trong ngồi đi, tôi sẽ mang ra ngay,' bà nói, đuổi họ ra khỏi bếp.

Họ ngồi xuống phòng khách. Paul ngồi gần cửa sổ để có thể nhìn ra ngoài qua rèm cửa.

Trong khi đó, John và Paul đang nghĩ đến cùng một điều. Cách họ phát hiện ra Charles Dickens và cách họ có thể kiếm chút tiền từ đó.

Paul tìm kiếm: "Charles Dickens sinh năm nào? Charles Dickens chết năm nào?" Câu trả lời: 1870. Anh ta chỉ màn hình cho John.

"Tại sao anh muốn đến Portsmouth?" John hỏi.

"Tôi từng sống ở đó," Charles nói.

"Anh có sách nào khác không?" Paul hỏi. 'Ý tôi là sách anh chưa xuất bản?"

"Tôi không biết,' Charles nói. 'Tôi đã viết nhiều sách chưa?"

"Có, anh đã viết nhiều lắm, Charles,' John nói.

"Có hay không?" Charles hỏi.

"Tôi đã đọc Oliver Twist khi còn nhỏ và Great Expectations nữa. Rất hay nhưng hơi dài so với sở thích của tôi," Paul nói.

"A Christmas Carol là một cuốn hay," John nói, 'Không quá dài và có bài học hay."

Căn phòng im lặng trong vài phút.

"Tôi cần tìm cuốn Ezekiel Dickens – hay còn gọi là E-Z,' Charles nói. 'Tôi không biết tại sao lại biết điều này, nhưng tôi nghĩ ông ấy sống ở Mỹ.' Anh ngáp và khó mở mắt.

Mẹ của Paul bước vào, mang theo một khay đầy đồ ăn vặt. Mọi người ăn no nê, và chẳng bao lâu Charles đã ngủ say trên ghế.

"À, thằng bé đã ngủ say rồi," mẹ của Paul nói, vừa đắp chăn lên người anh.

"Nó còn nhỏ quá," bà nói.

"Nhưng nó là một trong những nhà văn vĩ đại nhất,"

John xen vào, "Viết lách đã ngấm vào máu anh ấy, nên có thể một ngày nào đó anh ấy sẽ trở thành một nhà văn vĩ đại."

Mẹ Paul cười, rồi lên lầu vào phòng mình xem ti vi.

Trong khi đó, Paul và John bàn bạc xem nên làm gì với Charles Dickens.

"Thật tiếc là chúng ta không thể giữ cậu ấy lại," John nói.

"À, tôi nghĩ bảo tàng sẽ không nhận cậu ấy," Paul nói.

Cả hai đồng ý sẽ tìm hiểu về Charles Dickens trên mạng.

POP

POP

John và Paul nhìn thẳng về phía trước như đang ngủ. Mặc dù họ đang rất tỉnh táo. Hadz và Reiki hát một bài hát cho họ nghe, đại ý như sau:

"Charles Dickens chỉ là một cậu bé.

Anh ấy không phải là đồ chơi của thợ săn kho báu.

Giúp anh ấy tìm người họ hàng ở Mỹ.

Làm ngay vào sáng mai, nếu không chúng tôi sẽ trừng phạt các cậu!"

Bài hát vang vọng trong đầu John và Paul cho đến khi họ biết mình phải làm gì.

"Chúng ta sẽ tìm E-Z Dickens," Paul nói.

"Đúng, đó là việc phải làm," John nói.

POP

POP.

Và họ biến mất.

19
Rosalie cảm thấy chán.

Rosalie đã bắt đầu chán ngán việc đọc cuốn "Anne of Green Gables". Càng lớn tuổi, cô càng khó tập trung vào một việc gì đó trong thời gian dài. Cô tháo kính ra và ước gì mình có một chiếc mặt nạ oải hương để che mắt.

BINGO.

Một chiếc mặt nạ mềm mại với mùi oải hương thoang thoảng đang che khuất ánh sáng và làm dịu đôi mắt mệt mỏi của cô.

"Có vẻ như có một vị thần tiên trong đây!" cô nói, rồi nhắm mắt lại và chìm vào giấc ngủ.

Khi tỉnh dậy sau một lúc, cô tháo mặt nạ ra và phát hiện mình đang nằm trên giường trong khu nhà dưỡng lão. Cô tự hỏi liệu mình có bị điên hay đã trải qua một chuyến du hành trong tâm trí?

Rosalie cảm thấy hơi lạnh, có lẽ do môi trường lạnh lẽo và vô trùng nơi cô sống. Vào một số thời điểm trong ngày, nhiệt độ giảm xuống.

Vào những lúc đó, cô nhận thấy các cư dân đang ở trong phòng, trong khi nhân viên dọn dẹp. Vì họ đang làm việc chăm chỉ, họ không để ý đến cái lạnh. Không như những người cao tuổi, họ không làm gì cả.

BINGO.

Hộc tủ dưới cùng của tủ quần áo mở ra, và chiếc áo len đỏ mềm mại, ấm áp bay về phía cô. Nó ổn định lại khi cô đưa tay vào. Cô ôm chặt nó, cảm nhận sự ấm áp khi nó tự cài nút.

"Đây là một sự kiện khá kỳ lạ," cô nói.

Cô ngồi im lặng, mơ về một tách trà nóng với nhiều đường và sữa.

BINGO.

Một ấm trà sang trọng có hoa văn xuất hiện trên bàn gần đó. Khi trà được pha, nó tự rót vào tách trà phù hợp, thêm hai viên đường và một ít sữa.

"Ba viên đường, làm ơn," Rosalie yêu cầu.

Viên đường thứ ba được thêm vào.

Tách trà trên đĩa trôi về phía cô.

"Thế còn một hoặc hai chiếc bánh quy shortbread?" cô hỏi.

Nó dừng lại giữa không trung.

BINGO.

Giờ trên đĩa có hai chiếc bánh quy shortbread.

"Bạn quên thìa cà phê!"

BINGO.

"Cảm ơn," cô nói, vẫn tự hỏi liệu mình đang ảo giác hay đang mất trí.

Trà vẫn còn nóng, không quá nóng. Ngọt, không quá ngọt. Và nó thật tuyệt vời khi uống cùng bánh quy.

Khi cô đã uống hết giọt trà cuối cùng từ tách...

BINGO

Nó biến mất ngay khỏi tay cô.

Cô tự hỏi những trò ảo thuật này, hay chỉ là ảo tưởng của cô, sẽ tiếp tục bao lâu. Trong thời gian chúng còn tồn tại, cô sẽ tận hưởng chúng hết mình.

"Chờ đã!"

Cô nhớ đến cuốn sách. Cuốn sách mà cô không muốn ai có thể đọc.

"Có thể," cô hỏi không khí, 'Sửa lại để người khác không thể đọc cuốn sách của tôi.' Cô với tay vào ngăn kéo và cầm nó lên. "Vậy, người duy nhất có thể đọc nó, ngoài tôi ra, là Lia, Alfred và E-Z. Không ai khác. Nếu ai đó tìm thấy nó và lật qua các trang, tất cả sẽ trống trơn."

Cô chờ đợi một dấu hiệu. Hoặc một tiếng động, nhưng không có gì xảy ra.

Cô đặt cuốn sách trở lại ngăn kéo, quay người và tiếp tục ngủ.

POP

POP

"Cô ấy đã ngủ chưa?" Hadz hỏi.

"Tôi nghĩ vậy. Cô ấy đang ngáy!"

"Cẩn thận đừng đánh thức cô ấy. Nhưng chúng ta cần đưa cô ấy lên tàu – ý tôi là chính thức."

"Các thiên thần đã ban cho cô ấy sức mạnh để giám sát Lia, E-Z và Alfred. Họ biết về cô ấy," Reiki nhớ lại.

"Đúng vậy, và cô ấy sẽ trung thành với những đứa trẻ đó. Và những người khác. Các thiên thần không biết chi tiết về họ – và tôi nghĩ như vậy tốt hơn."

"Đồng ý. Vậy chúng ta cần làm gì để thực hiện điều đó?"

"Rosalie," Hadz thì thầm vào tai trái cô. 'Em muốn giúp Lia, E-Z và Alfred, phải không?"

"Vâng,' Rosalie thì thầm.

Reiki nói. 'Còn những người khác thì sao? Em có sẵn sàng bảo vệ họ không? Ngay cả trước các thiên thần trưởng?"

"Vâng,' Rosalie trả lời.

"Rất tốt," Reiki nói. "Bây giờ, hãy giúp cô ấy củng cố ký ức. Chúng ta không muốn cô ấy quên những gì đã đồng ý, đúng không?"

Hadz và Reiki hát một bài hát,

"Ký ức là những điều đẹp đẽ.

Lơ lửng như những vòng khói.

Lùi lại, tiến lên, tiến lên, lùi lại.

Hãy để ký ức của Rosalie giữ cô ấy trên đúng con đường.

Phép thuật, phép thuật trong không khí và biển cả

Kết nối hợp đồng của chúng ta với Rosalie."

POP

POP

Hadz và Reiki đã biến mất, trong khi Rosalie thân yêu vẫn ngáy khò khò.

20
Họ hàng

Buổi sáng, ở Anh, trong khi ấm đun nước đang sôi, John và Paul đang chuẩn bị. Máy tính đã bật, và trình duyệt web đang mở.

"Tôi sẽ pha trà," John nói.

"Tôi sẽ bắt đầu gõ," Paul nói, vừa gõ "Ezekiel Dickens" vào thanh tìm kiếm. "Ồ," anh nói. "Điều này thật bất ngờ."

John mang khay trà đến, có đường viên trong bát, bánh mì nướng bơ nóng, và lọ mứt cam bên cạnh.

"Tìm được gì chưa?" anh hỏi.

"Xem cái này," Paul nói, quay màn hình và khuấy đường viên vào trà.

Đó là trang web Siêu anh hùng The Three. Họ xem E-Z tự giới thiệu, tiếp theo là Lia và Alfred.

"Đây có thật không?" John hỏi. 'Họ trông giống ba nhân vật trong phim hoạt hình.'

Sau đó, cảnh giải cứu trên tàu lượn siêu tốc bắt đầu. Paul nhấn nút PAUSE. Anh mở một cửa sổ khác. Gõ vào Amusement Park Rescue E-Z Dickens. Một bài báo về vụ việc này hiện ra. 'Đây là thật,' anh nói.

"Vậy, họ hàng của Charles là siêu anh hùng?"

"Anh nghĩ chúng ta có giống nhau không?" Charles hỏi. Anh vẫn còn nửa tỉnh nửa mê trong bộ pyjama rộng thùng thình mà họ cho anh mặc để ngủ. Anh lấy một miếng bánh mì nướng từ đĩa và cắn một miếng.

"Cả hai anh đều có mũi giống nhà Dickens," John nói.

Charles nhìn kỹ phần màn hình đang tạm dừng.

"Dựa vào thời điểm anh sinh ra," Paul nói, vừa tìm kiếm trên Google, 'từ năm 1812 đến nay, E-Z sẽ là anh em họ thứ bảy hoặc thứ tám của anh.'

"Ý anh là gì khi nói 'anh em họ bị loại bỏ'?"

"Ý là số thế hệ giữa hai người," John giải thích.

"Vậy tổ tiên của tôi là một siêu anh hùng. Siêu anh hùng là gì? Có giống trong 'Sir Gwain và Hiệp sĩ Xanh' không?"

"À, tôi nhớ đã đọc về điều đó ở trường khi còn nhỏ, vâng, hiệp sĩ và siêu anh hùng giống nhau," Paul nói.

John cuộn xuống để xem E-Z Dickens có được đề cập ở nơi khác không. Có những đoạn video trên YouTube về anh ấy chơi bóng chày trước khi ngồi xe lăn và sau đó.

"Anh ấy là một vận động viên giỏi," John nói. 'Và anh ấy chơi thể thao trên xe lăn.'

"Trò chơi này trông giống Rounders," Charles nói.

"Ồ, đợi đã, đây có thông tin về cha mẹ anh ta," Paul nói.

Họ đọc cáo phó của cha mẹ E-Z, về vụ tai nạn đã cướp đi mạng sống của họ.

"Thật đáng thương," Charles nói. 'Ít nhất anh ta còn có chú Sam, anh trai của cha anh ta, để chăm sóc.'

"Sao chúng ta không gọi cho anh ta?" Paul hỏi. Anh mở điện thoại, gọi dịch vụ thông tin.

Charles nhìn qua vai, trong khi Paul nói vào điện thoại và một giọng phụ nữ trả lời. "Tôi cần một tách trà," anh nói.

John vào bếp lấy cho anh.

Trong khi đó, Paul yêu cầu số điện thoại của Ezekiel Dickens ở Bắc Mỹ. Sau khi bấm số và điện thoại reo, Paul bật loa ngoài.

"Alô," Sam nói.

Charles suýt đánh rơi tách trà.

"À, xin chào, tôi là Paul và tôi đang gọi từ London, Anh. Tôi muốn nói chuyện với Ezekiel Dickens, xin vui lòng."

"Tôi là chú của anh ấy, tôi có thể hỏi đây là việc gì không?" Sam đi xuống hành lang đến phòng của E-Z.

Ba người đang xem phim trên tivi màn hình phẳng mới. Sam nhặt điều khiển từ xa và bấm nút TẮT ÂM. Rồi đặt điện thoại lên loa ngoài.

"Thành thật mà nói, tôi cũng không chắc lắm," Paul nói. 'Không phải tôi muốn nói chuyện với ông ấy, mà là... là...'

"Tôi đây." Một giọng nói trẻ hơn vang lên qua điện thoại.

"Và anh là ai?" Sam hỏi.

"Tên tôi là Charles Dickens."

Sam đưa điện thoại cho cháu trai. "Ông ấy nói tên ông ấy là Charles Dickens."

"Tôi đã bảo cậu hôm nay sẽ có chuyện kỳ lạ xảy ra," Alfred nói.

"Tôi cũng vậy," Lia nói, 'Nhưng tôi không biết nó sẽ liên quan đến Charles Dickens!'

E-Z do dự trước khi nói, "Tôi là E-Z Dickens, uh, ông Charles. Tôi có thể giúp gì cho ông?"

Charles cười. Đó là một tiếng cười run rẩy. Anh không biết phải nói gì. Anh chưa bao giờ nói chuyện với ai ở bên kia trái đất trước đây.

"Tôi đã quay lại," anh buột miệng. "Để tìm các anh. John và Paul, bạn tôi, là (anh che tay lên điện thoại) – những người tìm kiếm bằng máy dò…"

E-Z chưa từng nghe đến thuật ngữ "người tìm kiếm bằng máy dò" trước đây.

"Họ dùng thiết bị để tìm kiếm đồ vật," Alfred giải thích.

Paul tiếp lời. 'Một vật thể đã rơi xuống sông. Charles Dickens ở trong đó. Hai ánh sáng, một xanh và một vàng, báo cho chúng tôi biết Charles cần liên lạc với E-Z Dickens.'

"Đó là loại vật thể gì?" E-Z hỏi. 'Có phải giống như một silo không?'

"John đây," một giọng nói mới cất lên. "Không, đó là một khối lập phương. Một khối lập phương có gương."

E-Z che điện thoại bằng tay, 'Nghe không giống cái silo kia.'

"Các thiên thần gửi các bạn đến sao?" Lia buột miệng. 'Tôi là Lia, còn giọng nói kia là Alfred. Chúng tôi ở đây cùng E-Z và Sam.'

"Rất vui được gặp các bạn," Charles nói.

"Bạn bao nhiêu tuổi?" E-Z hỏi.

"Khoảng mười tuổi, tôi nghĩ. Có phải chúng ta là anh em họ không?"

"Đúng vậy," E-Z nói, 'và chú Sam cũng là anh em họ của cậu.'

"Chúng ta kết nối qua không gian và thời gian," Charles nói.

"E-Z cũng là một nhà văn," Sam nói.

E-Z nhăn mặt, má anh đỏ bừng.

Sam huých nhẹ vào vai cháu trai để đưa anh trở lại thực tại.

"Đây là quá nhiều thông tin để tiêu hóa, ông Dickens, à, ý tôi là Charles. Chúng ta cần lên kế hoạch để đưa anh đến đây, hoặc tôi có thể đến gặp anh. Anh có thể ở lại với John và Paul một lúc và chúng tôi sẽ liên lạc lại sau khi quyết định được kế hoạch."

Paul nói, "Vâng, mẹ nói Charles không gây phiền hà gì cả. Anh ấy có thể ở lại với chúng tôi bao lâu tùy thích."

"Tôi sẽ gọi lại cho anh," E-Z nói.

Điện thoại ngắt kết nối.

"À, mà này," Sam nói, 'Không có gì hữu ích trên ổ cứng của Arden. Ngoại trừ việc xác nhận họ đã chơi cùng nhau một trò chơi bắn súng trực tuyến.'

"Biết rồi," E-Z nói, điều đó anh đã tự mình đoán ra.

E-Z DICKENS SIÊU ANH HÙNG: SÁCH THỨ BA: 115

"Biết rồi," E-Z nói, điều đó anh đã tự mình đoán ra.

21
ROSALIE VÀ KẾ HOẠCH

Trong phòng, E-Z, Lia và Alfred cùng với chú Sam thảo luận về cuộc trò chuyện họ vừa có.

"Tôi không thể tin được rằng Charles Dickens thật sự đã gọi điện cho chúng ta," Sam nói.

"Ừ, nhưng điều tôi không hiểu là tại sao ông ấy lại ở đây. Và ông ấy mang theo gì," E-Z nói. "Ý tôi là, ông ấy mới mười tuổi – ông ấy nghĩ vậy. Và cách di chuyển của ông ấy nghe thật kỳ lạ, một hộp vuông có gương. Đó là cái quái gì vậy?"

"Nó không giống một con tàu vũ trụ," Alfred nói, 'Không phải là chúng ta biết nó trông như thế nào.'

"Chờ đã!" Lia nói.

E-Z nhìn cô. 'Cậu đang nghĩ gì vậy?'

Cô gật đầu.

"CÁI GÌ?" Alfred hỏi.

"Nhớ lúc các thiên thần triệu hồi chúng ta, để nói rằng một trong chúng ta phải chết không?" Lia hỏi.

Alfred và E-Z gật đầu.

"Hãy nghĩ về cái hộp. Như thể bạn đang ở trong đó lần nữa và nhớ những thứ chúng ta đã tìm thấy. Những tờ giấy, chúng ta đã tìm thấy?"

"Tôi hiểu ý bạn. Bạn đang nói về thông tin từ thế giới khác. Về cuộc sống của chúng ta trong các chiều không gian khác?" E-Z hỏi.

"Đúng vậy," Lia nói.

Alfred nhảy lên nhảy xuống trên giường.

"Cái gì?" Sam hỏi.

E-Z giải thích, tốt nhất có thể.

"Vậy, để tôi xem tôi có hiểu đúng không," Sam nói. 'Chúng ta đều có cuộc sống đang diễn ra ở đâu đó khác ngoài đây. Ý tôi là trên Trái Đất. Có những phiên bản khác của chúng ta, sống cuộc sống riêng biệt với chúng ta. Trong những thời gian khác, không gian khác, chiều không gian khác'

"Đúng vậy," E-Z nói.

"Chúng ta có thể thay đổi cuộc sống của mình không?" Sam hỏi. "Ý tôi là, thay đổi kết quả? Chúng ta có thể ngăn chặn những điều tồi tệ xảy ra không?"

"Tôi không nghĩ vậy," Lia nói. 'Nhưng tôi không biết họ muốn chúng ta biết bao nhiêu về các chiều không gian khác. Nhưng theo những gì Eriel đã nói với chúng ta, chúng ta là trung tâm. Mọi thứ khác xảy ra đều xoay quanh chúng ta và cuộc sống mà chúng ta đang sống bây giờ.'

"Vậy," Alfred nói, "Sự hiện diện của Charles Dickens ở đây chắc chắn có liên quan đến Eriel và những người khác."

"Đúng vậy, tôi cũng nghĩ vậy," E-Z nói. 'Nhưng tại sao bây giờ? Các cuộc thử thách đã kết thúc. Đó là sự lựa chọn của họ. Vậy mà họ vẫn không để tôi yên.'

"Đưa Charles Dickens trở lại. Và là phiên bản 10 tuổi của ông ấy! Điều đó hoàn toàn vô nghĩa với tôi," Lia nói.

"Có lẽ khi chúng ta gặp ông ấy," Sam nói, "mọi thứ sẽ trở nên rõ ràng."

"Không nếu có liên quan đến Eriel," E-Z nói. 'Không có gì là đơn giản với anh ta.'

"Có vẻ như chuyến đi đến London là cách duy nhất để tìm ra câu trả lời," Sam nói.

"Cảm giác như tôi mới ở đó không lâu."

"Đúng vậy, đối với anh thì dễ dàng. Tất cả những gì bạn phải làm là chỉ ghế về hướng đúng và đi thôi," Alfred nói. 'Còn với tôi, việc bay đòi hỏi nhiều năng lượng, và gió cũng là một yếu tố.'

"Bạn có thể lên máy bay nếu chú Sam đi cùng," E-Z đề nghị. 'Tất cả những gì bạn phải làm là ngồi vào ghế cùng hành khách và tận hưởng chuyến bay.'

Alfred cúi đầu.

"Tôi không nói để làm bạn buồn. Chỉ nhắc nhở rằng chúng ta đều đang trong cùng một con thuyền."

"Tôi hiểu. Và cảm ơn bạn."

"Được rồi, bây giờ hãy quay lại vấn đề chính," E-Z thêm vào. Anh tắt tivi.

Lia nhìn về phía trước, như đang trong cơn mê. 'Rosalie!' cô thốt lên.

"Ai?" Alfred hỏi.

Lia tiếp tục nhìn vào không trung.

"Lia có sao không?" Sam hỏi. "Cô ấy thở rất yếu."

Lia đứng dậy. "Tôi có điều muốn nói với các bạn. Tôi đã gặp một người, không phải trực tiếp mà trong đầu tôi. Cô ấy ở trong đầu tôi và tôi đã trò chuyện với cô ấy trong một thời gian dài. Cô ấy bảo tôi đừng nói gì

– chưa đâu. Tôi nghĩ điều này có thể liên quan đến chuyện tái sinh của Charles Dickens."

"Chúng tôi đang nghe đây," E-Z nói, cúi sát lại.

"Tên cô ấy là Rosalie. Cô ấy sống trong một viện dưỡng lão ở Boston – và cô ấy rất già. Cô ấy bị bệnh Alzheimer."

"Đó có phải là bệnh khiến mất trí nhớ không?" Alfred hỏi.

Nhưng ngay khi Rosalie nghe Lia nhắc đến tên mình, cô lập tức được đưa về phòng của E-Z, cả tâm trí và cơ thể đều ở đó. Cô lơ lửng trên không, lắng nghe từng lời nói. Cô ho khan, xem liệu họ có thể nhìn thấy hay nghe thấy cô không – nhưng họ không thể. Cô ước gì mình đã mang theo sổ tay và bút.

BINGO.

Cả hai đều nằm trong tay cô. Cô mỉm cười và bắt đầu ghi chép.

"Ý cô là hai người đang kết nối – qua khả năng ngoại cảm?" Alfred hỏi. "Tôi tưởng chỉ mình tôi có khả năng đó?"

"Không hẳn là ngoại cảm, tôi nghĩ vậy. Không giống cách anh có."

"Vậy thì sao?" Alfred tò mò.

"Ký ức của Rosalie đã mất. Hầu hết là vậy. Cô ấy thậm chí không nhận ra gia đình mình khi họ đến thăm. Họ không đến thăm thường xuyên. Cô ấy không phiền vì cô ấy không thích họ. Nhưng bằng cách nào đó, chúng ta đã kết nối. Và cô ấy biết tất cả về chúng ta và sức mạnh của chúng ta. Cô ấy đã luôn dõi theo chúng ta, theo một cách nào đó."

"Tại sao cô lại kể cho chúng tôi nghe điều này bây giờ?" E-Z hỏi.

"Bởi vì cô ấy nói là được. Và cô ấy cũng nhắc đến Phòng Trắng. Cô ấy đã đến đó không chỉ một lần mà hai lần. Lần đầu tiên, cô ấy được đưa về giường an toàn – nhưng lần này thì không. Cô ấy nói cô ấy đang ở đó và họ không cho cô ấy về nhà."

"Như hai người đã biết, tôi đã từng đến Phòng Trắng," anh nói. 'Đó là nơi các Thiên thần Trưởng ban đầu đưa ra lời hứa và nói với tôi rằng tôi sẽ được đoàn tụ với cha mẹ mình. Nói chung, đó là nơi họ đưa tôi vào bằng các thử thách.'

Sam xen vào, "Eriel đã bắt cóc tôi đến Phòng Trắng một lần. Ban đầu thì cũng khá dễ chịu – cho đến khi anh ta không cho tôi ra về."

"Đúng vậy," E-Z nói, 'Eriel thật thiếu tế nhị. Nhưng đó là một nơi khá cool. Bạn có thể có được bất cứ thứ gì mình muốn chỉ bằng cách nghĩ về nó – như phép thuật. Và có những cuốn sách – sách có cánh. Nhưng tôi không muốn đi vào chi tiết quá – hãy tập trung vào Rosalie. Hiện tại đang xảy ra gì?'

Rosalie cười, nghĩ xem nếu cô nói với Lia rằng cô đang ở hai nơi cùng lúc thì sao? Không, điều đó có thể làm họ hoảng sợ. Cô trò chuyện với Lia trong đầu và nói dối một vài điều.

"Cô ấy nói cô ấy đang giả vờ ngủ. Cô ấy nhớ hai chấm, một xanh và một vàng, đang lơ lửng trước mắt cô ấy."

"Hadz và Reiki," E-Z nói. "Hãy bảo cô ấy đừng sợ họ. Họ là những người tốt."

Ah, Rosalie thở dài. Rồi cô nhận ra đây có thể là cơ hội cô đang chờ đợi. Để kể cho Ba Người về những đứa trẻ khác. Cô suy nghĩ kỹ, rồi quyết định đã đến lúc chia sẻ những gì mình biết.

"Oh, đợi đã, cô ấy muốn tôi nói với các bạn điều gì đó." Lia nhìn thẳng về phía trước khi giọng nói của Rosalie vang lên từ giữa đôi môi cô, "Có những đứa trẻ khác giống các bạn, tôi đã thấy họ. Tôi nghĩ đó là lý do tôi ở đây."

"Những người khác, như chúng ta?" Lia, Alfred và E-Z đồng thanh hỏi.

"Tôi không chắc nên kể cho họ bao nhiêu về những đứa trẻ khác trong phòng này. Các bạn có lời khuyên nào cho tôi không? Tôi nên nói gì? Họ có làm hại tôi không? Nếu tôi kể cho họ về những đứa trẻ khác – họ có làm hại chúng không?" Rosalie nói qua Lia.

"Đến lượt anh, E-Z," Lia nói với giọng của chính mình.

"Hãy nghe họ nói trước đã," E-Z nói. 'Họ sẽ kể cho bạn những gì họ đã biết, và sau đó bạn có thể quyết định xem họ cần biết thêm bao nhiêu, nếu có.'

"Lời khuyên hay," Alfred nói. "Luôn là một người biết lắng nghe. Đặc biệt là khi bạn bị giữ lại ở một nơi lạ lẫm."

Lia đề nghị: "Tôi sẽ giữ liên lạc với các anh ở đây, nếu các anh muốn chúng tôi ở lại trên đường dây – nói vậy cho dễ hiểu."

Rosalie nói qua miệng Lia: "Tôi cần giữ tỉnh táo... nên tôi sẽ nói tạm biệt trước. Cảm ơn các anh và mọi người đã giúp đỡ. Tôi sẽ liên lạc nếu cần trong thời gian ở đây. Nếu không, tôi sẽ kể chi tiết khi về nhà, sẽ sớm thôi vì tôi đang đói. Tối nay có gà tây, khoai tây nghiền và đậu Hà Lan." Cô ngập ngừng. 'À, mà này Lia, chiếc áo phông của bạn trông đẹp đấy.'

BINGO.

"Cảm ơn," Lia nói, nhìn xuống chiếc áo phông của mình và tự hỏi làm sao Rosalie biết cô đang mặc gì.

"Gì cơ?" E-Z hỏi.

"À, không có gì," Lia nói.

Lại trở về Phòng Trắng. Rosalie nghĩ cuốn sổ tay của cô sẽ được cất trong ngăn kéo bàn đầu giường sẽ tốt hơn.

BINGO

Và họ đã đi mất.

BINGO

Bữa tối được mang ra. Cô có tất cả những món ngon, nhưng bây giờ cô chỉ nghĩ đến một ly sinh tố dâu tây đặc.

BINGO.

Một ly đến cùng với một miếng bánh Lemon Meringue Pie.

Đó là lúc Eriel và Raphael xuất hiện.

"Oh, oh," họ nói, khi họ lơ lửng xuống phía cô, trông như đang mặc trang phục Halloween.

"Tôi đang mơ sao? Hay là đã chết?" Rosalie hỏi.

"Cả hai," các thiên thần trả lời.

22

Gặp gỡ và chào đón

"You go on ahead and finish your meal," Raphael said.

"Yes, we have nothing better to do," Eriel said.

Trong khi họ nhìn cô ăn, Rosalie gặp khó khăn khi nhai. Khó khăn khi nếm. Và dường như mọi thứ trở nên lạnh hơn. Cô liếc nhìn kệ sách, nhìn thang. Cô có cảm giác hai người lạ này đang có ý đồ xấu khi cô đặt dao và nĩa xuống.

"Trước hết," Eriel bắt đầu, 'cuộc trò chuyện này phải giữ bí mật giữa chúng ta và chỉ có chúng ta."

Trong tâm trí, cô nói với Lia. 'Con có ở đó không, con gái? Con có nghe thấy không?"

"...Sự tuyệt chủng."

"Tôi xin lỗi," Rosalie nói, "nhưng có thể bắt đầu lại từ đầu được không? Tôi già rồi và đã mất dấu những gì anh vừa nói."

Eriel thở dài. Giống như một cậu bé bị mắng, anh mở đôi cánh và bay đi. Khi đến gần đỉnh thư viện, anh khoanh tay và chờ đợi. Chờ Raphael thử lại.

Raphael cúi sát vào Rosalie.

"Kính của cô thật đẹp," Rosalie nói. "Nhưng chúng khiến tôi cảm thấy hơi chóng mặt với tất cả máu đang đập và lơ lửng bên trong đó."

Eriel cười.

Raphael tháo kính ra và cho vào túi áo choàng đen.

"Em yêu, Rosalie," Raphael thì thầm, "xin hãy bỏ qua sự vô lễ của người bạn học của tôi, nhưng chúng ta đang ở trong một tình huống. Một tình huống mà chúng ta không chỉ cần sự giúp đỡ của em, mà còn cần sự giúp đỡ của E-Z, Lia, Alfred và những người khác. Em biết tôi đang nói đến ai khi nhắc đến những người khác, đúng không?"

Rosalie gật đầu, không nói gì.

"Chúng ta là một đội thiên thần và sức mạnh của chúng ta có giới hạn. Điều đang xảy ra trên toàn thế giới đang xảy ra với các linh hồn."

"Ý anh là khi con người chết?" Rosalie hỏi.

"Đúng vậy."

"Nhưng đó không phải là lĩnh vực của các ngươi sao? Các ngươi đã nói chuyện với Chúa – Ngài biết các ngươi, đúng không? Và nếu các ngươi đang cố gắng sửa chữa một tình huống nghiêm trọng, tại sao không hỏi Ngài trực tiếp?"

Vì Raphael và Eriel không nói gì, Rosalie tiếp tục.

"Theo như tôi hiểu, khi một người chết, cơ thể họ được chôn cất. Hoặc hỏa táng. Linh hồn của họ – nếu tồn tại – sẽ tiếp tục tồn tại ở một nơi khác."

Eriel lao đến trước mặt cô, gầm gừ. "Điều đó là sai."

Raphael đẩy anh ta sang một bên. 'Điều đó phức tạp hơn em nghĩ. Quá phức tạp để con người bình thường có thể hiểu được."

"Con người khá thông minh,' Rosalie nói. "Chúng ta đã đến mặt trăng, phát minh ra máy bay, internet, lửa. Tôi không phải là thiên tài, và thế mà các anh đưa tôi đến đây để thuyết phục tôi."

Eriel lại cười.

Lần này, Raphael không thể kìm được, cô cũng cười theo.

Và cười. Và cười.

Cả hai không thể dừng lại.

Rosalie phớt lờ họ. Phớt lờ những gì đang xảy ra xung quanh. Cái thang tự động đẩy qua đẩy lại. Những cuốn sách bật ra rồi lại chui vào. Tiếng ồn ào đến mức cô chỉ muốn trở về căn phòng yên tĩnh của mình.

Anne of Green Gables, cô nghĩ.

BINGO.

Cuốn sách nằm trong tay cô. Cô mở ra, tìm thấy một mảnh giấy đánh dấu trang và đọc. Nếu họ cần sự giúp đỡ của cô, họ sẽ phải cố gắng. Bây giờ, sau khi họ đã xúc phạm cô và cả nhân loại, cô sẽ không làm cho họ dễ dàng.

"Làm tốt lắm," Lia thì thầm trong tâm trí Rosalie. "Em là người chỉ huy. Và tớ ở đây cùng E-Z và Alfred, chúng tớ sẽ hỗ trợ em."

Raphael và Eriel vẫn đang cười. Không thể kiểm soát được. Họ nhảy vào nhau giữa không trung, như những quả bóng bay được buộc lại với nhau.

Rồi cô nhớ ra chiếc bánh Lemon Meringue Pie của mình vẫn chưa được ăn. Cô đặt sách sang một bên, đâm nĩa vào bánh và cắn một miếng. Nó hoàn hảo. Không quá ngọt cũng không quá chua, chính xác như cách mẹ cô thường làm. Cô lấy thêm một miếng nữa.

Trên cao, Eriel và Raphael đang cười như điên.

"Dừng lại!" Rosalie hét lên. 'Hai đứa là những kẻ vô lễ, khó ưa nhất mà tôi từng gặp. Và tôi đã gặp không ít kẻ khó ưa trong đời.' Cô đặt dĩa xuống. 'Các cậu không được dạy dỗ gì sao? Không có chút lễ phép nào sao?' Cô nhặt dĩa lên và chĩa về phía họ.

Eriel lao xuống. Anh ta lao đến Rosalie, miệng mở rộng trong tích tắc. Cô đâm nó vào kem chanh, rồi dùng nĩa đưa vào miệng thiên thần.

"Ewwwwww!" anh ta hét lên. Nhổ ra như thể cô đã cho anh ta uống thuốc độc.

"Mẹ luôn dạy con phải chia sẻ," cô nói với nụ cười mỉa mai.

Sắc mặt Eriel chuyển từ đen sang xanh. Sau khi nôn mửa, anh ta biến mất qua tường.

"Chắc anh ta không thích bánh pie?" Rosalie nói.

Lia đang cười trong tâm trí Rosalie.

Raphael lấy kính ra khỏi túi áo choàng, lau sạch rồi đeo lại lên mặt. Cô ngồi bên cạnh Rosalie. Cô ngồi gần đến mức gần như ngồi lên đùi cô.

Thật tội nghiệp Rosalie.

"CHÚNG TÔI BIẾT CÓ NHỮNG NGƯỜI KHÁC VÀ CHÚNG TÔI CẦN BIẾT HỌ LÀ AI VÀ Ở ĐÂU - NGAY BÂY GIỜ!"

Khi cô nói, khuôn mặt Raphael biến dạng thành một thứ không thể nhận ra.

Tóc Rosalie dựng đứng. Cơ thể cô run rẩy.

"Những kẻ vô lễ không bao giờ được điều mình muốn, và cô, cô bạn thân mến, rất vô lễ. Và bạn cô cũng vậy," Rosalie thì thầm.

Rosalie trở lại con người cô trước đó.

Nhưng lần này, sự khéo léo của thiên thần đã thay đổi. Giọng cô ngọt ngào khi nói:

"Tôi sẽ đi qua bức tường đó và gia nhập Eriel. Trong năm phút, chúng ta sẽ trở lại và bắt đầu lại. Chúng ta cần sự giúp đỡ của cô – cô đúng – và chúng ta không yêu cầu theo cách chúng ta nên làm." Rồi quay sang người phụ nữ trong tường: "Đặt đồng hồ hẹn giờ năm phút." Rồi quay lại Rosalie: "Khi đồng hồ reo, chúng ta sẽ quay lại và bắt đầu lại." Như đã hứa, Raphael tiến về phía tường và biến mất qua đó.

Chiếc đồng hồ trên tường kêu tick toak lớn. Nó có vẻ lạc lõng. Thậm chí quá ồn ào cho một thư viện.

"Thật là phiền phức!" cái thang nói, tiến lại gần.

"Tôi xin lỗi vì đã gây ra tất cả sự ồn ào này," Rosalie nói. 'Sự có mặt của tôi chỉ mang lại rắc rối cho mọi người."

"Chúng tôi thích cô,' cái thang nói. "Tại sao cô không di chuyển một chút? Điều đó sẽ khiến cô cảm thấy tốt hơn."

Rosalie đứng dậy, mong đợi cảm thấy mệt mỏi sau bữa ăn lớn. Thay vào đó, cô cảm thấy tràn đầy năng lượng. Đặc biệt là đôi chân. Chúng cảm giác như cô mới mười tuổi. Cô thực hiện một động tác nhảy jack. Thật vui!

"Và bây giờ," Rosalie nói, 'cho màn trình diễn tiếp theo của cô. Bà lão vĩ đại sẽ thử không phải một, không phải hai, mà là ba vòng nhào lộn liên tiếp,' – và cô làm được. 'Cảm ơn, cảm ơn!' cô nói, cúi đầu và vẫy tay như vừa giành huy chương vàng tại Olympic.

BRRRIIIING.

Đồng hồ báo hết giờ. Eriel và Raphael đến.

Các thiên thần trưởng mặc trang phục khác nhau. Như thể họ đang đi dự hai bữa tiệc khác nhau.

Eriel mặc bộ vest sọc đen, áo sơ mi trắng và cà vạt.

Raphael mặc chiếc váy đỏ giống như váy Mumu, che phủ toàn bộ cơ thể từ cổ đến ngón chân.

"Tôi cảm thấy mình ăn mặc quá đơn giản," Rosalie nói.

BINGO.

Cô giờ đây mặc bộ váy sang trọng nhất. Đó là bộ váy cô đã chỉ định muốn mặc sau khi chết.

Cô ngã vào ghế, đôi mắt nhìn lên. Và hai thiên thần trưởng bay về phía cô. Cánh của họ lay động như cánh bướm, khi họ tiến gần cô với vẻ đẹp và sự duyên dáng. Đôi mắt cô ướt đẫm.

"Tôi có thể giúp gì cho các vị, những người thân yêu?" Rosalie hỏi.

Có vẻ như họ có một sức mạnh kiểm soát cô, một sức mạnh mà cô không muốn chống lại. Cô ngã xuống sàn, quỳ gối trước hai thiên thần. Raphael chạm vào vai phải cô, còn Eriel chạm vào vai trái.

"Hãy nói cho chúng tôi biết điều chúng tôi cần biết," họ thì thầm.

"Những người khác đã tản ra," cô nói, rồi ngã xuống sàn như một con rối không dây.

"Cô ta quá già để làm điều này," Eriel nói. 'Nếu cô ta chết, cô ta sẽ không còn giá trị gì với chúng ta."

"Tiếp tục, nó đang có tác dụng."

POP.

POP.

Hadz và Reiki xuất hiện, mỗi người thì thầm vào tai Rosalie. Họ giúp cô đứng dậy.

"Cút đi hai kẻ xâm nhập!' Eriel hét lên với giọng nổ tung,

Rosalie tỉnh lại khỏi trạng thái thôi miên mà họ đã gây ra cho cô.

"Biến đi!" Raphael hét lên và không có tiếng POP, thay vào đó là tiếng

SPLAT.

Rosalie đặt tay lên hông, "Tôi hy vọng hai người không làm hại hai đứa trẻ đó. Thực ra, nếu muốn tôi xem xét giúp đỡ, thì hai người phải mang chúng về đây NGAY LẬP TỨC để tôi xem chúng có sao không. Tôi từ chối nói thêm bất cứ điều gì cho đến khi hai người mang chúng về." Cô bước qua phòng, ngồi tựa lưng vào tường trắng và nhắm mắt lại, chờ đợi. Cô có cả ngày, cả tuần, cả năm. Cô không vội vàng đến bất cứ đâu hay làm bất cứ điều gì.

POP.

POP.

"Cảm ơn," Hadz và Reiki nói, khi họ ngồi trên vai Rosalie.

"Chúng ta đang làm hỏng mọi chuyện," Raphael nói. Rồi quay sang Hadz và Reiki, "Các cậu biết tình hình Trái Đất đang như thế nào, có thể giúp chúng ta nhận được sự giúp đỡ từ con người này không?"

Reiki nói, "Chúng tôi biết có tình huống! Nếu các cậu không vi phạm thỏa thuận với E-Z, Lia và Alfred, họ đã tham gia rồi. Rosalie không tin tưởng hai cậu."

Hadz nói, "Và các cậu không thành thật với cô ấy."

Hadz nói, "Với con người, niềm tin và sự thành thật là tất cả."

Eriel lao về phía họ.

Raphael giữ anh ta lại trước khi nói, "Một sai lầm đã xảy ra, từ phía chúng ta, và sai lầm này có nguyên nhân và hậu quả. Chúng ta đang cố gắng cứu Trái Đất khỏi thiệt hại phụ. Cách duy nhất chúng ta có thể làm là kêu gọi những người đã được ban cho sức mạnh siêu nhiên, sức mạnh siêu anh hùng. Nếu không có họ, nhân loại sẽ thất bại – và đó sẽ là lỗi của chúng ta."

Rosalie đứng dậy. Cô liếc nhìn hai sinh vật nhỏ đang ngồi trên vai mình. "Tôi có thể tin tưởng hai đứa này không?"

"Raphael đáng tin cậy," Hadz nói.

"Nhưng chúng ta không chắc về anh ta," Reiki nói.

POP.

POP.

Cả hai biến mất, sợ bị Eriel gửi trở lại mỏ.

Eriel bay lên cao hơn, rồi biến mất qua trần nhà.

Rosalie đổi chủ đề. "Trong khi tôi suy nghĩ về điều đó, các bạn có thể giải thích nơi này là gì không? Tôi gọi nó là Phòng Trắng, nhưng đó có phải là tên đúng – và tại sao mỗi khi tôi mong muốn điều gì, nó lại xuất hiện? Có lẽ nó được gọi là Phòng Phép Thuật?" Lúc đó, Rosalie nghĩ về E-Z, thiên thần/cậu bé trong xe lăn.

ACK.

E-Z xuất hiện.

"Whoa!" anh ta nói, nhận ra mình đã gia nhập Rosalie trong Phòng Trắng. Anh ta nghĩ về cặp kính râm của mình và

PRESTO

Chúng đã xuất hiện trên khuôn mặt anh ta. Anh ta đi quanh phòng, cảm nhận lại đôi chân và sàn nhà. Rồi anh ta giơ tay và nói, 'Em chắc là Rosalie."

'Và anh chắc là E-Z,' cô nói, "Không có xe lăn. Nơi này thật sự là phép thuật!"

"Và, chào, Raphael."

"Chào mừng, E-Z," Raphael nói. Rồi quay sang Rosalie, "Thế là hết bí mật – điều này đáng lẽ phải giữ kín."

"Bất kỳ lời hứa nào cô ấy hứa với anh, cô ấy sẽ phá vỡ. Cô ấy vô dụng trong việc giữ lời – và Eriel còn tệ hơn, cũng như Ophaniel – và anh thậm chí còn chưa gặp cô ấy. Dù sao, tôi cũng muốn cho anh biết rằng tất cả bọn họ đều là những kẻ nói dối."

"Tôi đã đoán ra điều đó," Rosalie thừa nhận. 'Và anh ta đã rời đi, Eriel hành động như một đứa trẻ hư."

"Tôi muốn được chứng kiến điều đó,' E-Z nói. "Nó nghe có vẻ không giống Eriel, nhưng thật tuyệt vời nếu được thấy."

"Đủ rồi, những lời khách sáo này," Raphael nói. 'Tôi không còn lựa chọn nào khác, nhưng tôi phải giải thích tình hình cho các bạn.' Cô dậm chân và đôi cánh buông thõng hai bên người trong vẻ giận dỗi. Cô quay lại đối mặt với E-Z và Rosalie. "Thế giới cần được cứu, do lỗi của chúng tôi. Các bạn và những người khác có muốn giúp chúng tôi sửa chữa tình hình – tức là cứu Trái Đất – hay không?"

Rosalie và E-Z trao đổi ánh mắt.

"Cậu đi đi," cô nói. "Tớ sẽ ủng hộ bất cứ quyết định nào của cậu."

E-Z không trả lời ngay.

"Nếu cậu kể cho tớ mọi thứ, tớ sẽ truyền đạt lại cho những người khác, và chúng ta sẽ bỏ phiếu. Chúng ta là một nhóm dân chủ."

"Điều đó sẽ mất bao lâu?" Raphael khinh bỉ. 'Và làm sao anh sẽ liên lạc lại với tôi? Có lẽ tôi nên giữ Rosalie ở đây làm con tin cho đến khi các anh tìm ra cách? Hai mươi bốn giờ có đủ không?"

Rosalie nói: 'Tôi không phiền ở lại phòng này. Có rất nhiều sách để đọc và tôi có thể yêu cầu bất cứ thứ gì mình muốn. Thú vị và hấp dẫn hơn nhiều so với ở nhà."

E-Z gật đầu. Với Rosalie, anh nói: "Cảm ơn và cậu nói đúng, căn phòng này thật đặc biệt. Cậu sẽ an toàn ở đây." Rồi với Raphael: "Rosalie sẽ không phải là tù nhân của cậu, thực ra cô ấy sẽ là khách của cậu." Một cuốn sách bay khỏi kệ và rơi vào tay anh. Đó là Harry Potter và Phòng Chứa Bí Mật.

"Em muốn đọc cuốn đó," Rosalie nói. Cuốn sách rời khỏi tay E-Z và bay về phía Rosalie. Cô bắt lấy nó, mở ra và bắt đầu đọc ngay lập tức.

"Rosalie sẽ là khách của chúng ta," Raphael nói. "Hai mươi bốn giờ nhé?"

"Hai mươi bốn giờ," E-Z đồng ý.

"Chờ đã!" một giọng nói hét lên. Một giọng nói không có thân thể. Một giọng nói vang dội và vang dội. Cho đến khi một cuốn sách rơi ra khỏi kệ sách phía trên. Nó rơi xuống sàn, cho đến khi đôi cánh của nó bung ra và cứu nó khỏi bị gãy lưng.

Raphael nhìn giọng nói với vẻ kinh ngạc. Cô cố lùi lại, nhưng có thứ gì đó giữ cô lại.

Rosalie và E-Z chờ đợi và lắng nghe.

"Raphael chưa kể hết cho các bạn," giọng nói vang dội nói.

Không khí như rung động theo từng âm tiết, nhưng theo cách tốt đẹp, ấm áp và dịu dàng, không phải theo cách đáng sợ của ngày tận thế.

"Hãy kể cho chúng tôi," E-Z nói.

"Nói nhỏ hơn một chút," Rosalie gợi ý. "Tôi già rồi, nhưng không điếc đâu!"

"Xin lỗi," giọng nói đáp. Anh ta ho khan. Rồi thầm, 'E-Z Dickens, cậu còn nhớ những lựa chọn chúng tôi đã đưa ra không? Hai lựa chọn?"

E-Z nhớ rõ hai lựa chọn đó. Một là ở lại trong silo mãi mãi. Những ký ức về gia đình anh lặp đi lặp lại. Lựa chọn còn lại là trở về cuộc sống với chú Sam.

"Vâng."

"Hãy kể cho tôi nghe cậu nhớ gì về những lựa chọn đó?' giọng nói hỏi.

"Họ nói tôi có thể ở lại trong container và sống lại ký ức về gia đình mình lặp đi lặp lại hoặc trở về cuộc sống với chú Sam."

"Còn kẻ bắt hồn? Sao lại thế?"

"Không có gì," E-Z thừa nhận với một cái nhún vai.

Giọng nói gầm lên – như thể việc nói chuyện đang gây đau đớn cho nó. Các kệ sách rung chuyển và những vật thể xuất hiện rồi biến mất ngẫu nhiên giữa không trung. Đầu tiên là một quả dưa chuột khổng lồ. Vật thể xanh lục xoay theo chiều kim đồng hồ, rồi ngược lại, rồi biến mất.

Tiếp theo, một quả cầu gương xuất hiện trên đầu họ. Nó thay đổi màu sắc khi quay. Khi nó quay quá nhanh, họ sợ nó sẽ rơi xuống đè lên họ. Họ di chuyển để tránh nhưng trước khi kịp, quả cầu biến mất.

Tiếp theo, đầu của một chú hề xuất hiện. Nó lơ lửng trước mặt họ và nói: "Cái gì đen trắng, đen trắng, đen trắng, đen trắng, đen trắng?"

"Đủ rồi!" giọng nói gầm lên.

"Tôi xin lỗi," Raphael nói.

"Các ngươi nên xin lỗi!" giọng nói run rẩy. Rồi nhẹ nhàng hơn, êm ái hơn, nó nói: "E-Z và đội của anh ta cần biết về Soul Catchers – mọi thứ. Nếu không, họ sẽ không hiểu được sự phức tạp của lỗ hổng."

Giọng nói im lặng vài giây, rồi tiếp tục: "Một Soul Catcher bắt giữ linh hồn khi cơ thể con người chết. Đó là nơi nghỉ ngơi vĩnh hằng. Tất cả con người và sinh vật đều có nơi để về. Cái mà các ngươi gọi là silo chính là một Soul Catcher. Nơi nghỉ ngơi vĩnh hằng cho tất cả."

"Được rồi," E-Z nói. "Vậy điều này có liên quan gì đến sự kết thúc của thế giới?"

"Tôi muốn gặp Soul Catcher của mình," Rosalie nói.

"Nếu cậu và bạn bè không LÀM GÌ ĐÓ, không ai sẽ có Soul Catcher. Khi cơ thể cậu chết, cậu sẽ CHẾT. Thế thôi. Kết thúc. Linh hồn của cậu và linh hồn của tất cả mọi người sẽ không có nơi nào để đi. Và khi một linh hồn không có nơi nào để đi, thì nó không còn mục đích. Không còn lý do để tồn tại nữa. Và không có linh hồn, con người chỉ là những bộ xác thịt."

"Chờ đã," E-Z nói. "Cậu đang nói rằng người chịu trách nhiệm về những chiếc Bẫy Linh Hồn. Dù cậu gọi họ là CEO, Chủ tịch hay gì đi nữa – cậu hiểu ý tôi mà. Cậu đang nói rằng họ đã bị phản bội?"

Raphael mở miệng định trả lời nhưng E-Z chưa nói xong.

"Cái cơ chế hoạt động của những chiếc Bẫy Linh Hồn này là gì vậy? Tôi đã được triệu hồi đến đó nhiều lần, và tôi thậm chí còn chưa chết. Anh đang nói rằng những thứ đó có thể ép tôi vào Soul Catcher bất cứ lúc nào?" Anh ta ngập ngừng, "Và anh biết gì về Charles Dickens? Ông ấy đến trong một hộp gương, không phải Soul Catcher. Linh hồn của ông ấy đã di chuyển từ nơi này sang nơi khác như thế nào? Sự hồi sinh của ông ấy có phải do các thiên thần trưởng như các anh không?"

Raphael chờ xem anh ta có câu hỏi nào nữa không.

Anh ta có.

"Và còn hai người bạn thân nhất của tôi, PJ và Arden. Họ thuộc về đâu? Cả hai đều đang trong tình trạng hôn mê. Tôi muốn đưa họ trở lại. Giúp anh có nghĩa là giúp họ không?"

Giọng nói trong tường vang lên như sấm.

"Không ai điều khiển Soul Catchers. Đó không phải là một công ty được thành lập để kiếm lợi nhuận. Khi ai đó chết, linh hồn của họ bị bắt giữ và sống trong Soul Catcher được chỉ định."

"Tôi không hiểu," E-Z nói. Rồi, "Chờ đã, có ai hoặc thứ gì đó đã chiếm đoạt Soul Catchers không? Và nếu câu trả lời là có, thì tôi nhất định cần thêm thông tin về họ trước khi chúng ta can thiệp. Nếu các ngài thiên thần không thể đánh bại họ, thì làm sao chúng ta có thể?"

Giọng nói trong tường nói với Raphael: "Well, Eriel đã sai khi nói rằng cậu bé này ngu ngốc như một tảng đá. Cậu ta đã hiểu ngay lập tức. Làm tốt lắm, E-Z."

"Uh, cảm ơn, tôi nghĩ vậy," anh ta nói. "Nhưng chính xác thì tôi đã đúng ở điểm nào?"

Giọng nói tiếp tục. "Ba nữ thần thực sự đã chiếm đoạt các Soul Catcher."

E-Z mở miệng định nói, nhưng trước khi anh kịp nói, giọng nói lại cất lên.

"Charles Dickens không đến bằng một linh hồn bắt giữ, như anh nghi ngờ. Những người thân ruột thịt có sức mạnh điều khiển thời gian và không gian. Anh đã triệu hồi ông ấy. Ông ấy đến để giúp anh."

"Tôi không triệu hồi ông ấy!" E-Z nói.

"Và thế mà ông ấy đã quay lại, biết tên anh và muốn giúp anh, đúng không?"

E-Z gật đầu.

"Và về câu hỏi cuối cùng của ngươi, đúng vậy, cuộc sống của bạn bè ngươi đang gặp nguy hiểm vì ba nữ thần."

"Nữ thần?" E-Z lặp lại. 'Như trong thần thoại Hy Lạp? Họ có thật không? Tôi nghĩ tất cả những câu chuyện đó đều là hư cấu."

"Họ dựa trên sự thật lịch sử,' Raphael nói.

"Chúng ta không thể đối đầu với một đội nữ thần thần thoại!" E-Z kêu lên. "Chúng ta chỉ là trẻ con."

"Rủi ro sẽ lớn hơn nhiều nếu chúng ta không làm, vì chúng ta không có ai khác để nhờ giúp đỡ. Không có Batman, không có Spiderman, không có siêu anh hùng thật sự. Những người hùng duy nhất là các cậu, các cậu có thể không? Các cậu sẽ giúp không? Chúng tôi biết cách giải quyết vấn đề này, chúng tôi cần người, cần người trên mặt đất. Những con người có sức mạnh có thể chiến thắng. Các cậu có thể đánh bại thứ này. Những thứ này. Đầu tiên, các cậu có thể THẤY HỌ. Chúng tôi không thể," Raphael nói.

"Tôi biết các cậu cần giúp đỡ, nhưng tôi không thấy cách nào chúng ta có thể cứu ngày – không phải chống lại những nữ thần quyền năng. Đúng, chúng ta có sức mạnh, nhưng chúng ta đang đối mặt với điều gì? Điều gì sẽ được mong đợi từ chúng ta? Những nguy hiểm gì đang rình rập chúng ta? Ý tôi là, các cậu đã chết – chúng tôi thì không. Nếu chúng tôi giúp – rủi ro là gì?"

Anh ta ngập ngừng, và khi không ai nói gì, anh ta tiếp tục.

"Nếu chúng ta đồng ý, các ngươi có thể bảo vệ chú Sam của ta, vợ ông ấy Samantha và các em bé không? Có thể đảm bảo PJ và Arden không bị giết trong Soul Catchers không? Và chúng ta sẽ được gì? Dù sao chúng ta cũng đang mạo hiểm tính mạng. Các ngươi không phải con người nên không có gì để mất!"

Rosalie xen vào, "E-Z, tôi không thấy anh có sự lựa chọn. Anh nói đúng, sẽ có rủi ro và tôi chưa chết –

nhưng tôi già rồi – nên rủi ro với tôi không lớn. Hơn nữa, tôi thích ý tưởng rằng khi cuộc đời tôi kết thúc, sẽ có một Soul Catcher chờ đợi tôi."

E-Z gật đầu. "Tôi hiểu. Ý tưởng rằng cha mẹ tôi đang lang thang khắp nơi. Một mình. Không nhà cửa. Không có người bắt hồn. Điều đó khiến tôi buồn nôn. Nó khiến tôi tức giận đến mức muốn nhổ nước bọt. Nhưng tôi vẫn cần nói chuyện với những người khác," E-Z lặp lại, khoanh chân. Cảm giác thật tuyệt khi có thể làm những việc đơn giản như khoanh chân.

"Cậu đang trở thành một nhà hùng biện đấy," Lia nói trong đầu anh.

"À, cảm ơn," anh trả lời.

"Tiếp tục đi," giọng nói nói. 'Hai mươi bốn giờ. Trong thời gian đó, Rosalie sẽ ở lại đây với chúng ta."

"Là khách của chúng ta,' E-Z nhấn mạnh.

"Tôi sẽ ổn," Rosalie nói. 'Và tôi sẽ giữ liên lạc bằng cách trò chuyện với Lia. Lia và tôi rất thích trò chuyện."

Anh gật đầu. Với Lia, qua Lia. E-Z không chắc họ biết gì và không biết gì – nhưng anh sẽ không cho họ bất cứ điều gì họ chưa có.

"Hẹn gặp lại,' anh nói, vẫy tay chào tạm biệt.

Rồi anh lại trở về chiếc xe lăn của mình. Anh đối mặt với bạn bè. Nhưng làm sao anh có thể nói với họ? Làm sao anh có thể giải thích?

Cuối cùng, anh quyết định hành động tốt nhất là nói hết ra. Và đó chính xác là điều anh đã làm.

23
THAY ĐỔI

Mặc dù tin tức của E-Z không phải là điều họ mong đợi, cả Alfred và Lia đều có nhiều điều để nói.

"Họ thật to gan!" Alfred thốt lên. 'Sau tất cả những gì họ đã làm với chúng ta. Ý tôi là hứa hẹn rồi lại nuốt lời và thay đổi kế hoạch. Riêng tôi, tôi không tin tưởng bất kỳ ai trong số họ, dù chỉ là một bước chân."

"Đây là chuyện lớn, và nó liên quan đến những người thân yêu của chúng ta đã qua đời,' E-Z nói.

"Sao lại thế?" Sam hỏi.

"Tôi không biết chi tiết. Tất cả những gì tôi biết là nó liên quan đến ba nữ thần ác độc có kế hoạch chiếm đoạt và kiểm soát tất cả các Soul catchers."

"Điều đó thật điên rồ!" Lia nói. "Tại sao họ lại muốn chúng? Tại sao phải làm tất cả những điều đó? Họ được gì từ việc này?"

"Đợi đã," E-Z nói. "Tôi sẽ kể cho các bạn mọi thứ họ đã nói với tôi. Hãy nhớ, họ cũng không chắc chắn."

"Thôi được, đây là chuyện. Họ là những nữ thần thần thoại, đã được hồi sinh. Mục tiêu của họ là kiểm soát các Soul Catchers - bằng mọi giá.

"Và cách họ chọn để làm điều đó là giết người. Những người không đáng chết! Sau đó, họ đưa những linh hồn đó vào những Soul Catchers mà họ đã chiếm đoạt. Từ những người cần chúng. Vì vậy, linh hồn của họ không có nơi nào để đi."

"Tôi vẫn không hiểu," Lia nói.

"Hãy nghĩ theo cách này. Lia, cậu, Alfred và tôi đã ở trong Soul Catchers của mình. Ít ai được phép vào đó trước khi chết. Ý tôi là, ai muốn vào đó chứ?"

"Đồng ý," Alfred nói.

"Cũng vậy," Lia nói.

"Nhưng nếu tôi nói với bạn ngay bây giờ rằng Soul Catcher của bạn đã bị người khác chiếm đoạt – và vì vậy nó không còn thuộc về bạn nữa?"

"Con người thậm chí còn không biết về Soul Catchers!" Alfred kêu lên. "Hầu hết đều nghĩ linh hồn của họ sẽ lên thiên đàng (hoặc nếu họ xấu xa thì sẽ xuống địa ngục.) Nếu họ biết, họ sẽ rất buồn. Nhưng họ không biết."

"Đúng vậy, bạn không thể nhớ nhung thứ mình không biết," Sam nói. 'Và bạn cũng không thể chiến đấu vì thứ mình không biết."

"Họ nói với tôi rằng linh hồn của cha mẹ tôi có thể đang lang thang đâu đó, không có nơi nương tựa. Điều đó khiến tôi rất đau lòng."

"Đó chính xác là lý do họ nói với bạn!' Sam nói. "Đó là sự thao túng trắng trợn."

"Không, đó là tống tiền cảm xúc," Alfred nói. 'Nhưng tôi hiểu tại sao họ nói vậy. Nếu họ nói với tôi điều tương tự về gia đình tôi, tôi cũng muốn tham gia. Tôi muốn chiến đấu với những nữ thần đó. Nếu tôi là người nóng nảy, tôi sẽ hành động ngay lập tức dựa trên cảm xúc. Nhưng chúng ta cần phải logic ở đây. Chúng ta phải giữ bình tĩnh."

"Những nữ thần đó là ai vậy? Chúng ta biết gì về họ?' Lia hỏi.

"Và chúng ta có chắc chắn rằng các thiên thần trưởng đang ở phe đúng không?" Sam hỏi.

"Họ nói rằng một sai lầm của họ đã gây ra sự việc này – nhưng họ không nói cho tôi biết chính xác điều gì đã xảy ra hoặc tại sao. Và họ không muốn bị ép cung – hơn nữa, tôi cũng không thể lấy thêm thông tin từ họ. Hơn nữa, họ đang giữ Rosalie và thời gian của chúng ta để đưa ra quyết định đang cạn kiệt."

"Đúng vậy," Lia nói. "Và làm sao chúng ta có thể quyết định khi chúng ta thậm chí không biết mình đang đối mặt với điều gì? Họ biết chúng ta chỉ là trẻ con. Đúng, mỗi chúng ta có sức mạnh đặc biệt – nhưng liệu chúng có đủ không? Nếu các thiên thần trưởng không thể tự mình giải quyết tình huống này... tại sao họ lại biết rằng chúng ta có thể?"

"Điều đó tôi không thể nói. Tôi đã ép họ tiết lộ thêm. Nếu không có giọng nói trong tường – họ sẽ không nói cho tôi biết nhiều như vậy."

"Sao họ dám giấu thông tin với chúng ta!" Alfred thốt lên.

"Tôi đã giải thích những gì tôi biết. Có ba người họ. Họ là các nữ thần – những sinh vật thần thoại mà tôi từng nghĩ là không tồn tại."

"Chúng ta có thể tìm hiểu mọi thứ cần thiết để trang bị cho mình chống lại họ trên mạng," Sam nói. 'Nhưng sẽ mất một thời gian.' Anh ngập ngừng. "Tuy nhiên, tôi không nghĩ chúng ta sẽ may mắn khi tìm kiếm thông tin về Soul Catchers."

"Tôi đã thử và không tìm thấy gì."

"Bạn đã nghe về chúng lần đầu tiên khi nào?" Sam hỏi.

"Giọng nói trong tường ngụ ý rằng tôi đã được nghe về chúng trước đây, nhưng mỗi lần cố nhớ lại, nó như có bức tường chặn thông tin."

"Wow! Cùng một điều xảy ra với tôi," Lia nói. "Thật kỳ lạ."

E-Z liếc nhìn đồng hồ trên điện thoại. "Thôi được, tôi đã cho các bạn nhiều thứ để suy nghĩ. Chúng ta có thời gian đến sáng mai để đưa ra quyết định cuối cùng... nhưng tôi không nghĩ chúng ta có lựa chọn nào khác ngoài việc đồng ý giúp họ. Ý tôi là nếu chúng ta không giúp thì ai sẽ giúp?"

"Tôi cũng nghĩ như vậy," Alfred nói. "Nhưng tôi vẫn không thích cách họ làm việc."

"Tôi cũng vậy," Lia nói. 'Tôi đi ngủ đây. Chúc mọi người ngủ ngon. Gặp lại vào sáng mai.' Cô đóng cửa lại.

"Cần gì không?" Sam hỏi.

"Không, tôi ổn. Chúc ngủ ngon, chú Sam."

"Chúc ngủ ngon, E-Z. Tôi phải nói với cậu rằng tôi rất tự hào về cậu và bố mẹ cậu cũng sẽ rất tự hào."

"Cảm ơn."

"Và chúc ngủ ngon, Alfred," Sam nói khi mở cửa.

"Chúc ngủ ngon," Alfred nói, rồi nằm xuống với đầu gối dưới cánh và chìm vào giấc ngủ.

E-Z, không thể ngủ, nhìn chằm chằm vào trần nhà với hai tay đặt sau đầu. Anh làm vài động tác gập bụng, rồi nằm nghiêng hy vọng sẽ thiếp đi. Thay vào đó, anh thấy hai ánh sáng, một xanh và một vàng, đang bay về phía mình.

"Cậu thức à?" Hadz hỏi.

"Không," E-Z nói với nụ cười nhếch mép khi ngồi dậy.

"Chúng tôi không được phép nói chuyện với cậu," Reiki nói, "nhưng chúng tôi phải nói với cậu, nên cậu phải đoán xem chúng tôi không được phép nói gì."

"Đoán? Thật à? Cậu có thể cho tôi một gợi ý... biết đâu cậu có thể thu hẹp phạm vi cho tôi, dù chỉ một chút?"

Những thiên thần giả vờ thì thầm với nhau. Họ dường như không đồng ý, khi Hadz bay về một bên phòng và Reiki bay về bên kia.

"Được rồi, tớ đi ngủ đây. Khi cậu đoán ra, cậu có thể nói cho tớ biết vào sáng mai."

Anh ta gật đầu rồi tỉnh dậy. Anh ta đang ngồi trên ghế và bay lượn trên bầu trời. Anh ta thắt dây an toàn. "Cái quái gì vậy?"

"Chúng tôi đã quyết định rằng không thể thu hẹp phạm vi cho cậu. Hay nói cho cậu biết điều cậu cần biết. Để đưa ra quyết định có căn cứ... Chúng tôi sẽ CHO CẬU THẤY thay vào đó. Vậy nên, hãy theo chúng tôi."

Khi những đám mây lướt qua và không khí đêm trong lành nhưng mát mẻ tràn vào phổi, E-Z cảm thấy tràn đầy sức sống hơn bao giờ hết. Theo một cách nào đó, anh nhớ những lần được triệu hồi để tham gia thử thách, giúp đỡ và cứu những người gặp khó khăn.

Kể từ khi ngừng làm việc với Eriel, anh không còn cảm thấy mình là một siêu anh hùng. Đúng là anh đã cứu một con mèo bị kẹt trên cây. Và anh đã ngăn một quả bóng chày đập vỡ một ô cửa kính màu quý giá của nhà thờ.

Nhưng phần lớn cuộc sống hàng ngày của anh là suy nghĩ về tương lai. Lên kế hoạch tốt nhất để tốt nghiệp trung học với thành tích xuất sắc, nhằm giành được học bổng. Để vào được trường đại học tốt nhất mà anh có thể.

Chú Sam và Samantha đang lên kế hoạch cho em bé mới. Họ giữ bí mật giới tính của em bé và không ai được vào phòng mới của em. E-Z thấy kỳ lạ khi mới 15 tuổi mà sắp làm chú, nhưng anh rất mong chờ điều đó.

Còn Lia, cô bé học hành tốt, hòa nhập tốt dù đã trải qua hai giai đoạn phát triển nhanh chóng từ 7 lên 12 tuổi trong thời gian ngắn. Dường như quá trình lão hóa của cô bé đã dừng lại, và bây giờ cô bé dường như có tình cảm với PJ. Cô bé rõ ràng đang trưởng thành, và anh mỉm cười khi nghĩ đến việc cô bé đã trở nên bướng bỉnh như thế nào. Điều đó khiến anh nhớ đến Little Dorrit the Unicorn. Họ chưa gặp cô bé kể từ sau cuộc thử thách. Có thể các thiên thần đã gửi cô bé đến giúp Lia khi tất cả họ còn kết nối với nhau. Rồi có sự xuất hiện của anh họ Charles Dickens. Và PJ với Arden vẫn đang trong tình trạng hôn mê – và không ai biết cách đưa họ ra khỏi đó. Alfred bận rộn quanh nhà. Kể từ khi anh đến, chú Sam không cần phải cắt cỏ thường xuyên nữa.

Anh nhớ lại hai phiên tòa mà anh đã tìm thấy sự tương đồng. Một phiên tòa với cô gái mặc trang phục nhân vật game đa nền tảng. Phiên tòa còn lại với cậu bé được bảo phải giết E-Z để cứu mạng gia đình. Chúng có liên quan. Eriel đã đúng. Anh chỉ cần tìm ra chính xác ý nghĩa của điều đó.

"Chúng ta sắp đến chưa?" anh hỏi, nhận ra trời đang lạnh dần. Họ đang di chuyển nhanh, tiến gần đến Vườn Quốc gia Death Valley, trong sa mạc Mojave. Tháng Mười Hai, một trong những tháng lạnh nhất trong năm ở sa mạc vào ban đêm, và anh ước gì mình đã mang theo áo hoodie. Trời tối đến mức những vì sao trông sáng gấp triệu lần. Như những đôi mắt trên trời, cách nhau chỉ một khoảng cách nhỏ như đầu ngón tay, hoặc ít nhất là anh nghĩ vậy.

Những thiên thần tập sự không trả lời. Họ hạ xuống vài feet, rồi tiếp tục bay về phía trước với tốc độ tối đa.

"Tuyệt quá!" anh nói. 'Hãy báo cho tôi biết khi nào chúng ta sẽ hạ cánh. Tôi thật sự ước mình có một hướng dẫn viên du lịch để giải thích cho tôi biết mình đang nhìn thấy gì."

"Dùng điện thoại đi,' Lia và Alfred thì thầm. Rồi họ im lặng.

Họ tiếp tục bay qua Badwater Basin, điểm thấp nhất ở Bắc Mỹ. Nơi này được đặt tên như vậy vì nước ở đây rất xấu – không thể uống được do hàm lượng muối quá cao. Tuy nhiên, một số loài động vật hoang dã và thực vật vẫn có thể sinh sôi nảy nở ở khu vực này, như cây muối, côn trùng và ốc sên.

Họ bay sâu hơn vào Death Valley, trong khi E-Z ngắm nhìn cảnh quan và cố gắng không nghĩ đến cơn khát của mình.

"Chúng ta đến nơi chưa?" anh hỏi lại khi một con chim đen bay qua đầu, thả một đống phân trước khi tiếp tục bay đi. 'Chào mừng đến Thung lũng Chết,' anh nói, lau sạch bằng ống tay áo. Anh vội vàng chạy theo để bắt kịp Hadz và Reiki.

24

Thung lũng Chết, Hoa Kỳ

"Hãy nhanh lên!" Hadz và Reiki nói. 'Chúng ta sắp đến Rhyolite rồi."

Anh ta đẩy về phía trước, bắt kịp họ. 'Và chính xác thì có gì ở Rhyolite?"

"Một chút thông tin," Hadz nói. "Trừ khi anh đã nghe nói về nó rồi?"

E-Z lắc đầu. Anh đã học về Grand Canyon ở trường, chủ yếu là về cách nó hình thành.

Hadz tiếp tục, "Rhyolite từng là một thị trấn sầm uất trong thời kỳ Cơn sốt vàng năm 1904. Nhưng nó không tồn tại lâu, đến năm 1924, cư dân cuối cùng qua đời và nó trở thành một thị trấn ma."

"Từ Rhyolite có nghĩa là gì?"

Reiki trả lời: "Đó là một loại đá núi lửa axit – dạng nham thạch của đá granit. Nó được đặt tên bởi nhà địa chất học Ferdinand von Richthofen vào năm 1860. Nguồn gốc của từ này là từ tiếng Hy Lạp 'rhyax', có nghĩa là dòng nham thạch."

"Vậy, thị trấn này từng có cơn sốt vàng và họ đặt tên nó theo một loại đá núi lửa?" Anh ta ngập ngừng. "Tôi nhớ có học gì đó về hoạt động núi lửa trong lớp."

"Đúng vậy," Hadz nói. 'Cách đây hai triệu năm."

"Bài học này thú vị đấy – nhưng tôi vẫn không hiểu tại sao chúng ta lại đến Rhyolite."

Reiki buột miệng: 'Bởi vì đó là tổng hành dinh của bọn phản loạn."

"Những kẻ đang tranh giành quyền kiểm soát Soul Catchers."

"Họ là ai chính xác, và làm thế nào chúng ta có thể ngăn họ? 'Chúng ta' ở đây là ba chúng ta. Vì Eriel và Raphael đang giữ Rosalie, và hơn nữa, thời gian đang cạn kiệt. Họ chỉ cho chúng ta hai mươi bốn giờ để quay lại gặp họ."

"Suỵt," Hadz nói. 'Họ có thính giác siêu phàm, và gió có thể mang tiếng nói của chúng ta về phía họ dưới dạng thì thầm. Từ giờ trở đi, chúng ta chỉ nói bằng tâm trí."

E-Z hỏi bằng tâm trí, 'Nếu họ biết chúng ta ở đây thì sao? Ý tôi là, họ có thể nhìn thấy chúng ta không?"

"Hadz và tôi không phải con người, nên chúng ta nằm ngoài tầm phát hiện của họ. Còn cậu thì không, đó là lý do chúng tôi đã che chắn cho cậu."

"Tuyệt vời! Có một lớp khiên bảo vệ vô hình xung quanh tôi – đó là thông tin hữu ích cho tôi biết."

Xa xa, anh có thể thấy dãy núi Đen. "Tôi cá là khi mặt trời nung nóng những ngọn núi đó, bạn có thể chiên trứng trên đó." Anh do dự, "Còn con chim đã ị lên người tôi? Liệu bọn xấu có gửi nó ra để tìm chúng ta không?"

Hadz và Reiki lắc đầu. "Chúng tôi đã thấy con chim. Đó là một con quạ – được biết đến là sứ giả mang tin từ trời."

"Được rồi, cũng được. Tôi không nghĩ nó trông giống quạ. Hãy nói cho tôi biết thứ gì đã chiếm đoạt những kẻ bắt hồn và chúng ta phải làm gì để đánh bại chúng." Anh ta ngập ngừng, "Và điều này có liên quan gì đến việc tái sinh thành một cậu bé của Charles Dickens?" Anh ta do dự lần nữa. "Còn Lia có được phương tiện di chuyển không? Con kỳ lân Little Dorrit có quay lại nếu/khi chúng ta đồng ý giúp các người không?" Đó là quá nhiều lời nói. Anh ta khát nước và ước gì đã mang theo chai nước.

POP.

Một chai nước xuất hiện. Anh ta uống cạn sau khi nói "Cảm ơn" với không ai.

Reiki hỏi, "Anh đã từng nghe nói về Erinyes chưa?"

E-Z lắc đầu.

"Còn được gọi là The Furies," Hadz nói.

"Tôi không biết gì về cả hai... nhưng tôi có một ký ức mơ hồ về điều gì đó từ một trò chơi có lẽ?"

"Họ được biết đến chung là các Nữ thần Báo thù."

"Hãy kể cho tôi nghe thêm. Họ đang báo thù ai?"

"Tại sao, cả nhân loại!" Hadz thở dài.

"Bạn bè tôi và tôi đã nói về điều này trước đó. Hầu hết con người không biết về Soul Catchers. Hầu hết tin rằng chúng ta có linh hồn. Linh hồn sẽ đi đến thiên đàng hoặc địa ngục – tùy thuộc vào những lựa chọn chúng ta đưa ra trong cuộc đời."

"Đúng, chúng tôi biết điều đó," Hadz nói.

"Vậy hãy nói cho tôi biết," E-Z hỏi. "Thượng Đế ở đâu trong tất cả điều này? Thượng Đế hay Jesus, Allah, Buddha... bất kể bạn gọi Ngài là gì. Ngài ở đâu?"

Hadz và Reiki nhìn về phía trước mà không trả lời.

"Được rồi, tôi hiểu là các bạn không thể trả lời câu hỏi đó. Hãy trả lời câu hỏi này thay vào đó. Tại sao các nữ thần lại trừng phạt con người bằng thứ mà họ thậm chí không biết đến? Tôi hiểu rằng họ là ác, nhưng điều đó vẫn nghe thật   ."

"Những đứa trẻ," Hadz nói.

"Họ trừng phạt những kẻ không đáng bị trừng phạt. Nhưng..."

"À, tôi đang chờ một 'nhưng'... Tiếp đi."

"Những Furies đang lạm dụng quyền lực của mình. Chúng đang vượt qua giới hạn. Chúng đang nhắm vào những người vô tội. Những đứa trẻ vô tội đang chơi một trò chơi."

"Chờ đã, ý cậu là, những đứa trẻ chơi trò chơi đang bị trừng phạt vì những việc chúng làm trong trò chơi? Nhưng trò chơi không phải là thật! Làm sao chúng có thể bị trừng phạt trong đời thực vì một thứ không tồn tại?"

"Tôi biết điều đó, và anh cũng biết, nhưng đối với The Furies, tất cả đều như nhau. Nếu trong trò chơi, để giết ai đó, anh phải trải qua quá trình suy nghĩ giống như một kẻ sát nhân. Nó bao gồm việc lên kế hoạch, có ý định giết người và sau đó thực hiện. Trong một số trường hợp, đó là những vụ thảm sát. Và đúng, đó là những hành động vô tội, và chúng được yêu cầu làm những điều đó để tiến xa hơn trong trò chơi. Đối với The Furies, những đứa trẻ là những kẻ chưa bị trừng phạt và chúng là mục tiêu hợp pháp khi ở trong trò chơi."

"Chờ đã!" E-Z kêu lên. "Anh đang nói gì vậy? Tôi nghĩ mình đã hiểu ý chính, cách Soul Catchers tham gia, nhưng ý tưởng này quá tàn ác... Tôi thậm chí không muốn nghĩ đến nó, huống chi là nói ra."

"The Furies đang trả thù những người chơi trò chơi. Những kẻ đã phạm tội trong lòng," Reiki nói. "Họ không đáng phải chết! Những Soul Catchers của họ chưa sẵn sàng để nhận linh hồn của họ và vì vậy..."

"Họ không có nơi nào để đi," Hadz nói.

"Và The Furies đang tập hợp họ ở đây, bằng cách tạo ra một bộ tộc linh hồn của riêng mình. Họ lưu trữ linh hồn của trẻ em trong những Soul Catchers bị đánh cắp."

"Điều này đang gây ra hỗn loạn," Hadz nói.

"Vậy nên, các cậu phải giúp đỡ."

"Chờ đã!" E-Z nói. "Chờ một phút đi!"

25
BỐN MẮT

"Oh, oh," Hadz hét lên, khi một đám mây đen đang di chuyển nhanh chóng qua bầu trời và hướng về phía họ.

"Chúng không thể xuyên thủng lá chắn bảo vệ!" Reiki kêu lên.

E-Z liếc nhìn qua vai. Điều anh thấy là một thứ đen kịt không phải là đám mây. Bởi vì nó có hình dạng rắn. Với một cái lưỡi chia đôi liếm không khí. Thay vì hai mắt, nó có vô số mắt. Quá nhiều để đếm. Mỗi con mắt đều có máu chảy xuống. Máu và dịch mủ vàng sủi bọt.

Lưỡi của thứ đó di chuyển từ phải sang trái, tạo ra tiếng quất mạnh, trong khi hàm răng của nó mở ra đóng lại. Từ cổ họng nó phát ra tiếng gầm gừ, xen lẫn giữa tiếng kêu chói tai và tiếng vo ve.

Với gió thổi từ phía sau, mùi hôi thối kinh khủng tràn ngập không khí và nhanh chóng xộc vào mũi E-Z, Hadz và Reiki.

Mùi hôi thối kinh khủng. Tồi tệ hơn lưu huỳnh. Hoặc trứng thối. Đáng ghê tởm hơn cả chất thải nhiễm trùng và xác chết thối rữa kết hợp lại.

Ba người di chuyển lên cao hơn để có thể nhìn qua một dãy núi mà họ chưa từng để ý trước đó. Phía sau nó là những thùng chứa màu bạc. Những chiếc thùng bắt hồn. Xa tít tắp.

"Quá nhiều! Tất cả những cái đó đều chứa đầy trẻ con sao? Ôi không!" E-Z nói với giọng mũi vì vẫn đang bịt mũi. Mặc dù vậy, anh vẫn ngửi thấy mùi hôi thối.

PTOOEY.

Họ tránh được một tia chất nhầy vàng dính nhớp.

"Đó là cái quái gì vậy?" E-Z thốt lên.

Dưới đó, một con mắt khổng lồ có thể nhìn thấy. Nó đã bị đóng lại. Được ngụy trang.

PTOOEY. PTOOEY. PTOOEY.

"Ôi không!" E-Z kêu lên. 'Mủ mắt!"

Nó bắn về phía họ, phun ra chất lỏng nóng hổi, dính nhớp.

"Cầm chặt!' Hadz và Reiki hét lên.

Mỗi người nắm chặt một tai của E-Z.

"Ahhhhh!" anh ta kêu lên.

PTOOEY.

E-Z tránh được cục mủ, nhưng nó suýt nữa trúng vào xe lăn của anh ta.

FIZZLE.

POP.

POP.

E-Z lại nằm trên giường. Những giọt mồ hôi lăn dài trên trán anh.

Trong khi đó, Alfred vẫn ngáy khò khò ở cuối giường.

"Đó là một tình huống quá nguy hiểm!" E-Z nói. 'Liệu chúng có xuyên qua lớp khiên bảo vệ không? Chúng có thấy chúng ta không? Chúng có biết tôi là ai, sống ở đâu không?"

"Không, chúng ta đã thoát ra trước khi chúng kịp xâm nhập,' Reiki nói.

"Có lẽ đây là câu hỏi ngu ngốc, nhưng tại sao các anh không đưa chúng ta vào và ra khỏi đó bằng POP ngay từ đầu? Thay vì mất thời gian bay đến đó – và đặt mạng sống của chúng ta vào nguy hiểm?"

"Chúng tôi phải CHO các anh thấy."

"Trước trận chiến... Họ gọi đó là gì..."

"Anh có ý nói trinh sát không?" E-Z hỏi.

"Đúng vậy. Chúng tôi phải cho các anh thấy. Các anh phải nhìn bằng chính mắt mình. Tất cả mọi thứ. Những gì các anh phải đối mặt," Hadz nói.

"Chúng tôi nghĩ những gì các anh học được sẽ đáng giá với rủi ro."

"Thời gian sẽ trả lời," E-Z nói.

"Xin lỗi nếu chúng tôi đã đi quá xa," Hadz nói.

"Chúng tôi thực sự chỉ muốn tốt cho các anh."

"Tôi biết các anh đã làm vậy. Và tôi vui vì đã thấy những Kẻ Bắt Hồn. Số lượng của chúng – điều đó thực sự khiến tôi sốc."

"Đúng vậy, chúng tôi cũng sốc. Và các anh có thể chắc chắn rằng các thiên thần trưởng cũng sốc khi lần đầu tiên thấy điều đó."

"Anh không nên nói điều đó," Reiki nói.

POP.

Hadz biến mất.

"Ồ, bây giờ thì ổn rồi," E-Z nói.

"Không sao."

"Tôi vẫn không hiểu The Furies được gì từ chuyện này? Mục đích cuối cùng của họ là gì? Có ai đã tìm ra chưa?"

"Họ thêm vào mỗi ngày. Nhiều trẻ em chơi game, bị hút vào mạng lưới của họ."

"Nhưng sao không có phản ứng từ công chúng? Chúng ta nên báo cho các nhà lãnh đạo thế giới, Tổng thống, Thủ tướng? Có gì họ có thể làm không?"

"Hãy nghĩ xem, điều đầu tiên họ sẽ làm là gì? Họ sẽ gửi quân đội. Nhiều người sẽ chết. Cần thêm nhiều Soul Catchers trước thời hạn.

"Theo quan sát của chúng ta, chơi game là một hiện tượng toàn cầu. Những người chị em ác độc đang cướp linh hồn của những đứa trẻ vô tội."

"Nhưng hầu hết các nhà lãnh đạo đều có con cái của họ," E-Z nói. 'Chắc chắn, nếu họ biết, họ sẽ muốn bảo vệ con cái của mình và cũng muốn bảo vệ con cái của người khác."

"Hơn nữa, The Furies sẽ tập trung vào con cái của họ. Điều đó sẽ giống như treo một cây gậy trước mặt họ,' Reiki nói.

POP.

Hadz đã trở lại.

"Họ sẽ rất thích nếu có thể hủy diệt những đứa trẻ vĩ đại và quyền năng. Hiện tại, những gì họ dường như đang làm là ngẫu nhiên – được chọn trong trò chơi," Reiki nói.

"Hãy kể cho tôi nghe thêm về những gì bạn biết về họ." E-Z hỏi.

Hadz thì thầm, "Tên của họ là Allie, Meg và Tisi. Allie báo thù vì cơn giận, Meg vì ghen tị và Tisi được biết đến là kẻ báo thù."

"Okay, vậy tại sao chúng lại có mùi kinh khủng như vậy? Và làm thế nào để đánh bại ba kẻ đó?" E-Z hỏi, nhìn đồng hồ. Đã gần 8 giờ sáng. Anh cần nói chuyện với phần còn lại của băng nhóm để đưa Rosalie trở lại. Làm sao anh có thể kể cho họ về bộ ba đáng sợ này và tất cả những đứa trẻ trong những Soul Catchers?

"Theo truyền thuyết, họ bị trừng phạt vì đã làm tròn nhiệm vụ của mình trong quá khứ. Bây giờ họ đã tìm ra lỗ hổng trong Thực tế Ảo, một phát minh mới của con người." Hadz ngập ngừng. 'Tại sao con người không bao giờ muốn sống trong hiện tại? Tại sao họ phải trốn thoát và chơi những trò ngu ngốc đặt mạng sống của mình vào nguy hiểm?' Thiên thần tương lai đỏ mặt và vô cùng tức giận.

Reiki cố an ủi bạn mình: "Họ không biết mình đang làm gì."

"Sự vô tri không phải là lý do," E-Z nói. "Chúng ta phải đưa họ trở lại nơi họ từng ở trước khi VR được phát minh. Và chúng ta phải buộc họ trả lại linh hồn của những đứa trẻ mà họ đã chiếm đoạt dưới danh nghĩa giả dối. Vấn đề là, LÀM THẾ NÀO chúng ta có thể thuyết phục họ rằng họ đang làm điều sai trái? Rằng họ đang cướp đi cuộc sống và trừng phạt con người vì suy nghĩ, chứ không phải hành động?"

"Bây giờ tôi đã được chứng kiến The Furies - tôi biết chúng ta phải giúp các bạn hơn bao giờ hết. Nhưng tôi vẫn phải thuyết phục những người khác. Ngay cả khi họ đồng ý, chúng ta vẫn đang chiến đấu chống lại số phận. Tôi muốn lạc quan. Nói rằng chúng ta có thể làm được. Nhưng chúng ta sẽ không biết chắc chắn cho đến khi thời điểm chiến đấu đến."

Anh đấm vào gối và ôm nó vào lòng. "Chờ đã, họ đã chết chưa? Ý tôi là, The Furies đã trốn thoát khỏi những kẻ bắt hồn của chính họ chưa? Và nếu họ làm được, làm sao họ làm được? Ai đã giúp họ thoát ra?"

Hadz nhìn Reiki và Reiki nhìn Hadz.

POP.

POP.

Họ đã biến mất.

"Tuyệt vời!" E-Z nói. "Thật tuyệt vời!"

26
CÂN BẰNG

Mặc dù cố gắng ngủ, E-Z vẫn không thể chợp mắt. Anh ta liên tục suy nghĩ và tự đặt ra những câu hỏi. Những câu hỏi mà anh ta không thể trả lời.

Vì vậy, anh ta ra khỏi giường, bật máy tính và bắt đầu tìm kiếm.

Không lâu sau, anh ta tìm thấy điều mình cần. Khi phát hiện ra liên kết "The Furies and the Three Graces", anh ta nhận ra chúng dường như là hai mặt đối lập của nhau. Một thiện, một ác. Anh tự hỏi liệu có thể tận dụng thông tin này để lợi dụng. Nếu các nữ thần ác có thể được đưa xuống trần gian, liệu các nữ thần thiện có thể được gọi trở lại không?

Trước tiên, trước khi đề xuất các thiên thần mang họ trở lại – nếu họ có thể làm được. Anh muốn biết chính xác The Graces sẽ mang lại điều gì.

Đúng vậy, họ là các nữ thần. Con gái của Zeus, vị thần của bầu trời. Sức mạnh của họ hướng đến sự quyến rũ, vẻ đẹp và sự sáng tạo. Anh tiếp tục đọc, nhưng không thấy họ có thể giúp gì nhiều trong cuộc chiến với The Furies.

Tuy nhiên, anh còn thời gian nên tiếp tục đọc. Anh đọc một đoạn văn được cho là của Nietzsche. Những lý thuyết của ông về thiện và ác vẫn được thảo luận và tranh luận trên các diễn đàn.

Rồi một ký ức chợt ùa về. Điều đó xảy ra ít hơn, những ký ức về cha mẹ anh dần trở lại. Anh hy vọng chúng sẽ không bao giờ dừng lại.

Ký ức đó là một cuộc trò chuyện với cha anh. Về Định luật thứ ba của Newton. Họ đã đi thuyền ra biển và câu cá.

"Đó là cách một con cá di chuyển trong nước," cha anh giải thích.

Kể từ đó, anh đã học thêm về nó ở trường. Anh nghĩ Newton và Nietzsche chắc hẳn đã có những cuộc trò chuyện rất thú vị. Nhưng cuộc đời họ cách nhau hàng nghìn năm.

Rồi anh chợt nhận ra. Anh, Lia và Alfred là đối lập hoàn toàn với The Furies.

Liệu các thiên thần đã biết điều này? Đó có phải là lý do họ kiên quyết rằng chỉ anh và đội của anh mới có thể đánh bại The Furies?

Câu hỏi vẫn xoay vòng trong đầu anh là – liệu họ có thể thắng không?

Liệu có thể ngăn chặn The Furies không?

Anh phải thảo luận với những người khác.

Anh tắt máy tính và quay lại ngủ một lát trước khi những người khác thức dậy.

Mọi người đều mong anh có tất cả câu trả lời. Anh không có, nhưng anh đang cố gắng hết sức. Kể từ khi trở thành lãnh đạo, cuộc sống của anh luôn như vậy.

27
PHÒNG ĐỎ

E-Z đang ở trong một căn phòng màu đỏ. Một căn phòng có mùi máu tanh nồng. Mùi sắt gỉ nồng nặc khiến mũi anh ta đau rát, anh ta che mũi bằng tay rồi bước về phía trước vài bước. Những bước chân của anh ta để lại những vết máu trên sàn nhà đầy máu. Anh ta đang ở đâu? Trong địa ngục sao? Ít nhất anh ta còn có thể chạy trong đây, nhưng chạy đi đâu? Không có cửa. Không có cửa sổ. Không có ánh sáng nào cả, nhưng anh ta có thể thấy mọi thứ đều màu đỏ. Và ướt sũng.

Anh ta lấy điện thoại ra và bật ứng dụng đèn pin. Dùng ánh sáng đèn pin, anh ta theo dõi tường xung quanh. Tất cả đều giống nhau. Đẫm máu và chảy ròng ròng. Và hôi thối. Anh ta chờ đợi. Gọi cứu trợ không phải là một ý kiến hay. Có lẽ anh ta sẽ tốt hơn nếu thứ đã đưa anh ta đến đây không đến gặp anh ta. Anh ta thà không gặp chúng. Ánh sáng đèn pin tắt và điện thoại của anh ta hết pin. Sợ hãi, anh đứng im thin thít và lắng nghe.

Một thứ gì đó đang bò. Trườn trượt trên sàn. Một con từ tường bên phải và một con từ bên trái. Ba con. Rắn.

Rồi không khí trong phòng thay đổi, và một mùi quen thuộc. Thối rữa. Trứng thối. Lưu huỳnh. Xác thối rữa.

Anh bịt mũi. Như trước, mùi hôi thối vẫn không thể che lấp.

Anh ta chờ đợi.

Vậy là chúng muốn anh ta ở một mình. Chúng đã bắt được anh ta. Anh ta sẽ khiến chúng hối hận nếu đó là điều cuối cùng anh ta làm.

"Chúng ta có thể ăn anh cho bữa sáng," Tisi hét lên.

"Hoặc bữa trưa," Alli nói. "Tôi hơi đói, mà."

"Hoặc trà chiều, anh ta không còn nhiều. Không đủ cho ba chúng ta chia nhau," Meg nói.

E-Z tập trung mọi sức lực vào đôi cánh của mình. Đó là hy vọng duy nhất của anh ta để thoát thân, nhưng chúng vô dụng.

"Nhìn kìa!" Meg hét lên. "Hắn đang cố dùng đôi cánh bé xíu của mình."

Tisi và Alli bay lên. Meg gia nhập họ, lơ lửng ngay ngoài tầm với của anh ta.

Dưới chân anh ta, sàn nhà rung chuyển và gầm rú. Như thể nó sắp mở ra và nuốt chửng anh ta. Anh ta lùi lại, tựa vào tường để giữ thăng bằng. Nhưng khi chạm vào tường, áo anh ta ướt sũng. Và khi đặt tay lên đó, tay anh ta dính đầy máu.

"Ta không sợ ba con đàn bà các ngươi!" anh ta hét lên.

"Có thể ngươi chưa sợ chúng ta – nhưng sẽ sớm thôi," Meg hét lên.

"Nhưng ngươi sẽ rất sợ," Tisi gầm gừ.

"Bây giờ, các ngươi có thể đối phó với ba con này," Meg thì thầm, hơi thở hôi thối của cô suýt khiến anh nôn mửa.

Ba con rắn lợi dụng chiều cao nhảy về phía anh. Những chiếc lưỡi chia đôi của chúng xì xào và phun nước bọt. Rồi chúng bắt đầu quấn lấy nhau. Gắn kết, đan xen. Cho đến khi chúng trở thành một con rắn khổng lồ, có ba đầu và ba cái đuôi. Những cái đuôi đó quất về phía E-Z để giữ anh ta tại chỗ.

Anh ta đẩy mình lùi xa hơn. Tiếng máu chảy rỉ rả phía sau lưng anh ta somehow mang lại cho anh ta sự an ủi. Cơ thể anh ta thư giãn khi lưng anh ta chìm vào góc tường đầy máu chảy rỉ rả.

"Nhìn kìa," Tisi nói. 'Hắn chỉ là một đứa trẻ và chưa từng làm hại ai. Thực ra, hắn là một đứa trẻ ngoan, thật đáng tiếc chúng ta phải tiêu diệt hắn."

"Đúng vậy, trái tim hắn trong sáng,' Meg nói. "Nhưng hắn có một vết đen trên trái tim. Một vết hận thù mà hắn muốn trả thù những kẻ đã gây ra cái chết của cha mẹ hắn."

"Đừng nhắc đến cha mẹ tôi!" E-Z hét lên, đẩy mình sâu hơn vào tường máu. Hắn sợ hãi. Sợ những lời họ nói là sự thật. Hắn nhắm mắt lại. Nếu không nhìn thấy họ, có lẽ họ sẽ biến mất. Rồi thứ gì đó phía sau hắn sụp đổ. Và hắn rơi tự do, lật nhào. Rơi xuống.

THUMP

Hắn rơi xuống xe lăn, và họ bay đi.

Trở lại Phòng Đỏ, The Furies đang điên cuồng!

"Đuổi theo hắn!" Tisi hét lên.

"Bắt hắn!" Meg la lên.

"Quá muộn rồi!" Alli nói. 'Hắn biến mất rồi!"

"Hãy quay lại Thung lũng Tử thần,' Meg nói. Họ rời đi, để lại Phòng Đỏ trống rỗng. Nhưng mùi hôi thối của họ vẫn còn đọng lại.

THUMP.

"Cậu đang chảy máu," Sam nói. 'Hãy đưa anh ta vào nhà tắm. Chúng ta có thể xem anh ta bị thương nặng đến mức nào.' Sam đẩy xe lăn về phía cửa.

"Không, dừng lại!" E-Z nói. "Tôi ổn. Máu không phải của tôi. Nhưng tôi cần phải tắm rửa. Để rửa sạch mùi hôi thối. Rồi tôi sẽ giải thích mọi chuyện. Tôi hứa."

"Miễn là anh chắc chắn mình ổn," Sam nói.

Sau khi anh ta ra khỏi, Sam, Lia và Alfred không biết nói gì với nhau. Họ im lặng chờ anh ta quay lại.

Trong nhà tắm, E-Z điều chỉnh xe lăn của mình lên dốc. Khi họ xây lại ngôi nhà, chú Sam đã phát minh ra một vòi sen mới cho anh ta. Nó giúp anh ta độc lập hơn. Và nó thật vui! Giống như một trạm rửa xe.

Anh với tay lên, đưa tay và cổ qua các dây đai. Anh nhấn nút để di chuyển về phía trước, và xe lăn theo sau. Ngay lập tức, nước bắt đầu chảy. Vệ sinh cơ thể và quần áo cùng lúc. Thỉnh thoảng, gel tắm hoặc dầu gội bắn ra, sau đó nước chảy theo để rửa sạch.

Bây giờ đã sạch sẽ, anh tiếp tục di chuyển về phía trước và kích hoạt cơ chế sấy khô. Nó làm khô anh ta và quần áo, làm chúng phẳng phiu chỉ trong vài phút.

Khi đến cuối, anh ta ngắt kết nối với dây đai và ngồi xuống ghế. Anh ta nhìn mình trong gương. Tóc anh ta trông đã gọn gàng đến mức không cần chải. Anh ta trở về phòng. Khi thấy bạn bè, dạ dày anh ta quặn thắt và anh ta nôn mửa.

"Xin lỗi," anh ta nói. "Rất xin lỗi."

Lia và Alfred ôm chầm lấy anh. Họ không quan tâm đến vết nôn. Những người bạn trung thành không bao giờ lo lắng về những điều như vậy.

Sam đi lấy một bát và nước để lau chùi cho cháu trai.

E-Z cảm ơn sự giúp đỡ và điều đó cho anh thời gian để suy nghĩ về những gì anh sẽ nói và cách anh sẽ nói.

"Cảm ơn, chú Sam. À, điều tôi phải nói với chú. Nó không hay ho gì đâu."

"Nói đi," Alfred nói.

"Chúng tôi ở đây vì chú," Lia nói.

"Ngồi xuống đi, chú Sam."

Họ lắng nghe mọi thứ mà không nói một lời.

"Tôi đồng ý," Alfred nói.

"Tôi cũng vậy," Lia nói.

"Tôi cũng vậy," Sam nói.

"Đồng ý," E-Z nói. Và một giây sau, anh ta đã trên đường trở lại phòng trắng. Hoặc đó là nơi anh ta hy vọng mình đang đến.

Bất cứ đâu cũng tốt hơn phòng đỏ. Bất cứ đâu cũng được.

28
PHÒNG TRẮNG

Thế giới xung quanh dường như có gì đó khác lạ khi đôi chân anh chạm đất.

E-Z cảm thấy vô cùng hạnh phúc khi trở lại căn phòng trắng quen thuộc. Nơi anh có thể đi lại tự do. Chạm vào những cuốn sách. Ngửi mùi sách. Nhưng có điều gì đó kỳ lạ. Không ổn.

Anh cố giữ thăng bằng. Nhận ra tay mình đang run rẩy. Đầu gối run lên. Bây giờ răng anh va vào nhau.

Anh ôm chặt lấy mình, ước gì đã mang theo áo khoác. Anh chờ đợi, hy vọng có ai đó đến. Nhưng không ai đến.

"Nơi này là đâu?" anh hỏi.

Không có câu trả lời.

"Bánh mì kẹp phô mai, với khoai tây chiên," anh nói.

Im lặng.

"Chop suey, với bánh cuốn trứng," anh nói với giọng quyết đoán hơn.

"Tôi đòi biết mình đang ở đâu!" anh hét lên.

Im lặng.

Không có gì.

"Rosalie?" anh gọi. "Có ai ở đó không? Eriel? Raphael? Ai đó? Hadz? Reiki?"

Lại im lặng.

Ngay cả một tiếng "PFFT" lịch sự để anh ta thư giãn cũng không có.

Sự quen thuộc của những cuốn sách là những điểm tựa duy nhất giữ anh ta lại nơi này. Anh ta tiến đến cái thang, di chuyển nó dưới những cuốn sách có chữ "D". Mong đợi tìm thấy Charles Dickens, anh ta bắt đầu leo lên. Thay vào đó, anh ta phát hiện ra rằng mọi cuốn sách anh ta chạm vào đều liên quan đến thế giới game.

Cái quái gì vậy?

Và không có cuốn sách nào có cánh. Tất cả đều mới tinh. Như thể chưa ai từng mở chúng ra trước đây.

Anh suýt ngã khỏi thang khi một giọng nói cất lên,

"E-Z Dickens – đây không phải là căn phòng trắng mà anh quen thuộc. Đây là bản sao. Anh được gửi đến đây để nghiên cứu. Mọi cuốn sách anh cần đều nằm trong tầm tay. Mỗi cuốn sách phải được đọc và đánh giá đầy đủ."

"Tôi không thể đọc hết những cuốn sách này nhanh chóng; sẽ mất nhiều năm để hoàn thành tất cả!"

"Đó là lý do tại sao anh sẽ được trao một sức mạnh đặc biệt. Sức mạnh này chỉ phát huy tác dụng bên trong căn phòng này. Đọc ngay. Nhanh. Mạnh mẽ. Học thuộc lòng tất cả."

Khi giọng nói đó kết thúc, một giọng khác bắt đầu,

"Mười, chín, tám, bảy, sáu, năm, bốn, ba, hai, một. Bây giờ, đọc E-Z Dickens. Bắt đầu đi."

E-Z lật qua từng cuốn sách một cách nhanh chóng.

Khi anh ta đọc xong một cuốn, một cuốn khác lập tức rơi vào tay anh ta. Rồi một cuốn nữa, và một cuốn nữa.

Anh ta đọc hết tất cả, cho đến khi không thể đọc thêm được nữa.

Anh ta hy vọng đầu mình không nổ tung!

Rồi anh ta ngã vào tường, lùi vào góc và khóc khi một kế hoạch hình thành trong đầu anh ta.

Ý tưởng nảy ra khi anh nghĩ về PJ và Arden. Tại sao The Furies lại đưa họ vào trạng thái hôn mê thay vì bắt hồn? Họ đang trong trò chơi – họ chơi trò chơi suốt ngày, tại sao không giết họ?

Kế hoạch như sau: Anh và đội của mình sẽ tạo ra một trò chơi đa người chơi. Sam sẽ biết những người có thể giúp trong ngành công nghiệp này. Khi The Furies lao đến để bắt hồn họ – họ sẽ tiêu diệt chúng.

Anh ước Arden và PJ ở đây để chơi cùng anh – vì họ sẽ bảo vệ anh. Điều đó ổn thôi, anh sẽ bảo vệ họ. Anh sẽ cứu họ và giải thoát cho họ.

Anh đi qua đi lại, suy nghĩ kỹ lưỡng. Một khía cạnh sẽ không hiệu quả. Nếu anh tham gia trò chơi với họ và từ chối giết – họ sẽ phát hiện ra anh. Và điều đó có thể đặt những người khác vào nguy hiểm.

Anh không thể bảo tất cả người chơi trên thế giới ngừng chơi. Nếu anh nói sự thật về ba nữ thần đang cố cướp linh hồn họ, họ sẽ nhốt anh lại.

Dù sao, đó là ý tưởng duy nhất. Con đường duy nhất anh thấy để đánh bại The Furies trong chính trò chơi của chúng.

Chấp nhận rằng mình không thể nghĩ ra điều gì tốt hơn, anh nói: "Đưa tôi ra khỏi đây."

Và như vậy, anh ta chỉ còn lại một mình trong căn phòng trắng thực sự cùng Rosalie và Raphael. Anh ta tự hỏi Eriel đang ở đâu, dù không hề nhớ anh ta.

"Được rồi, tôi có một ý tưởng. Một kế hoạch," anh ta nói. 'Nhưng tôi không chắc nó có hiệu quả không. Tôi cần câu trả lời cho hai câu hỏi. Và tôi có một yêu cầu thứ ba – yêu cầu này không thể thương lượng."

"Hãy hỏi đi,' Raphael nói.

"Câu hỏi thứ nhất, liệu tôi có thể cứu được hai người bạn thân nhất của mình là PJ và Arden nếu chúng ta đối mặt với The Furies?"

Raphael do dự trước khi trả lời. "Nếu anh thành công, không có lý do gì để bạn bè anh không được cứu."

"Hứa đi?" anh nói.

Cô ấy làm theo.

"Như tôi nghi ngờ, tình trạng của họ là do The Furies gây ra. Đúng không?"

"Đúng, chúng tôi tin là vậy. Bạn bè của bạn may mắn ở chỗ linh hồn của họ vẫn còn nguyên vẹn. Điều chúng tôi không hiểu là tại sao, nếu họ bị The Furies nhắm mục tiêu. Trong tất cả các trường hợp khác mà chúng tôi biết, chúng đã lấy đi linh hồn của trẻ em. Chúng tôi không biết có ai khác như bạn bè của bạn vẫn còn sống trong trạng thái hôn mê."

"Tôi cũng có một ý tưởng về điều đó, nhưng điều tôi cần biết là, nếu The Furies bị đánh bại, điều gì sẽ xảy ra với PJ và Arden? Điều gì sẽ xảy ra với tất cả những đứa trẻ mà linh hồn đã bị bắt giữ? Chúng không nên chết. Và điều gì sẽ xảy ra với những linh hồn vô gia cư?"

"Hiện tại, The Furies đang sử dụng sức mạnh của internet. Điều đó cho phép chúng tiếp cận trái tim và ngôi nhà của mọi người trên hành tinh này. Nó giống như tất cả các bạn đã để cửa và cửa sổ mở – nên bất kỳ ai cũng có thể vào. Đúng là chỉ có ba The Furies – nhưng sức mạnh của chúng rất lớn. Chúng là những sinh vật thần thoại, những nữ thần có nguồn gốc từ Zeus. Các bạn đã nghe nói về Zeus, đúng không?"

"Tôi đọc rằng ông ấy là thần trời và cha của Ba Nữ Thần Ơn Huệ. Liệu họ có thể giúp chúng ta nếu anh mang họ trở lại?"

"Zeus không liên quan đến chuyện này. Con gái ông ấy cũng không. Chúng tôi, các thiên thần trưởng, không can thiệp vào thời gian. Và chúng tôi luôn tin rằng những kẻ bắt hồn là thiêng liêng. Không thể đụng đến. Cho đến bây giờ."

"Tuyệt vời, vậy anh nghĩ bạn bè tôi đã bị The Furies nhắm mục tiêu, nhưng anh không thực sự chắc chắn. Không hơn tôi, đúng không?"

"Đúng vậy. Bởi vì tôi không thể khẳng định 100% là có hay không. Nếu bạn bè anh đang chơi trò chơi. Ý tôi là giết chóc trong trò chơi... Thì họ sẽ đáp ứng tiêu chí của The Furies.

"Nhưng nếu họ muốn họ chết – họ đã chết rồi. Trừ khi... không, điều đó không hợp lý. Điều đó có nghĩa là họ biết về anh và đội của anh. Không có cách nào họ có thể biết. Chúng tôi đã giữ bí mật. Nếu họ biết, họ sẽ giữ bạn bè của anh sống sót để làm con bài tẩy."

"Anh có ý nói làm con bài tẩy?"

"Có thể, thành thật mà nói tôi không biết. Như tôi đã nói, chúng ta đã giữ kín mọi thứ về anh và đội của anh. Chúng ta, bao gồm cả tôi và các Archangel khác, sẽ làm mọi thứ để bảo vệ anh.

"The Furies đã được ban cho sức mạnh qua hàng thế kỷ. Nhưng họ chưa bao giờ nhắm vào trẻ em vô tội. Họ chưa bao giờ biến đổi mục đích của mình để phục vụ lợi ích cá nhân."

"Mục đích của họ là gì?" E-Z hỏi.

"Chúng ta không biết."

E-Z nói: "Đó là lý do chúng ta cần có cơ hội tốt nhất để chiến thắng họ."

"Đúng vậy, nhưng mỗi ngày họ cướp đi linh hồn của nhiều trẻ em hơn, và họ đang   quá trình đó."

"   bao nhiêu?" E-Z hỏi.

"Hàng nghìn, chúng tôi nghĩ, nhưng sớm thôi sẽ là hàng triệu. Sớm thôi sẽ quá muộn để ngăn chặn họ."

"Okay, tôi hiểu nguy hiểm ở đây, nhưng chúng ta chỉ là trẻ con và không muốn lao vào mù quáng. Chúng ta là con người và họ cũng vậy. Chúng ta phải suy nghĩ, xem xét tất cả các lựa chọn trước khi mạo hiểm tính mạng."

"Chúng tôi hiểu và như tôi đã nói, chúng tôi sẽ bảo vệ các bạn."

"Bây giờ đến câu hỏi tiếp theo của tôi, tôi muốn biết phải làm gì với một cậu bé Charles Dickens mười tuổi?"

"À, cái đó," Raphael nói. "Đầu tiên, chúng tôi không liên quan gì đến việc anh ta tái sinh. Chúng tôi có một giả thuyết khác, ngoài cái chúng tôi đã kể cho anh, tức là anh đã triệu hồi anh ta. Chúng tôi tự hỏi liệu sự trở lại của anh ta có phải là một sai lầm của họ không. Có thể vũ trụ đã mở ra và gửi anh ta đến giúp anh, như một sự cân bằng. Dù sao đi nữa, anh ta là họ hàng ruột thịt của anh. Và anh ta là một nhà kể chuyện, một bậc thầy về cốt truyện. Anh ta có thể có những công cụ và sự hiểu biết mà anh chưa biết để giúp anh đánh bại The Furies."

E-Z cẩn thận chọn lời. "Nhưng anh ta chỉ là một đứa trẻ. Anh ta chưa viết được gì cả. Anh ta sẽ là một sự phân tâm và anh ta đến từ một thời đại khác, có thể đặt chúng ta và nhiệm vụ của chúng ta vào nguy hiểm."

"Điều đó tùy thuộc vào bạn," Raphael nói. 'Anh ta có thể là một vũ khí bí mật. Anh ta ở đây vì bạn. Nếu bạn tin tưởng anh ta. Rằng anh ta sinh ra để trở thành một nhà văn. Thì đến tuổi mười, anh ta đã có tất cả kỹ năng cần thiết. Hãy sử dụng anh ta nếu bạn chọn làm vậy."

E-Z siết chặt nắm đấm. 'Bạn đang nói chúng ta nên dùng anh họ tôi làm mồi nhử sao?"

Raphael cười và bay lượn, tạo ra một cơn gió không cần thiết.

"Sẽ tốt hơn nếu anh ngừng bay lượn như vậy," Rosalie nói. "Tôi đang mặc nhiều lớp áo len, nhưng vẫn không thể ấm lên trong đây. Tôi muốn về nhà bây giờ. E-Z và những người khác đã đồng ý, nên tôi đã làm phần việc của mình. Bây giờ, tạm biệt. Hãy để tôi về nhà."

BINGO.

Rosalie biến mất và trở về phòng mình. Cô trò chuyện với Lia trong tâm trí, nói rằng cô đã trở về an toàn và giờ sẽ đi ngủ.

E-Z nghĩ đến một yêu cầu không thể thương lượng khác.

"Tôi muốn Hadz và Reiki ở bên tôi, trong đội của chúng ta."

Raphael mỉm cười. "Hadz và Reiki bị ràng buộc với Eriel bởi lãnh đạo của chúng ta, Michael."

"Hãy để tôi nói chuyện với anh ta. Hai người đó đã giúp chúng ta. Họ đến khi tôi gọi. Nếu chúng ta phải chiến đấu chống lại ác quỷ cổ xưa, chúng ta cần hai người đó ở bên cạnh để giúp đỡ."

"Michael không thể nói chuyện với anh. Tuy nhiên, tôi sẽ trình bày yêu cầu của anh. Nếu anh ta cho là cần thiết, anh ta sẽ cho tôi biết và tôi sẽ thông báo lại cho anh. Còn gì nữa không?"

"Có. Tôi cần biết cách loại bỏ The Furies. Chúng ta có nên giết chúng không? Hay gửi chúng trở lại nơi chúng đến? Chính xác thì anh đang yêu cầu chúng tôi làm gì với những nữ thần này?"

"Trói chúng lại, giữ chúng – và chúng tôi sẽ lo phần còn lại. Nếu kế hoạch của các bạn thành công, chúng ta sẽ có thể kiểm soát được Soul Catchers. Chúng ta sẽ khôi phục mọi thứ về trạng thái ban đầu."

"Còn những người đã chết, chết sớm thì sao?"

"Tất cả sẽ được cân bằng… sau khi kẻ thù đã bị vô hiệu hóa."

"Trước khi gửi tôi trở lại," E-Z nói, "tôi cần thứ gì đó, một sự đảm bảo rằng các ngươi sẽ không phản bội chúng ta lần nữa. Việc giao Hadz và Reiki cho chúng ta vốn là sự đảm bảo đó, nhưng vì các ngươi không thể cho tôi điều đó, thì tôi cần thứ khác. Thứ gì đó tôi có thể mang về cho những người khác và nói rằng đây là bằng chứng họ sẽ không phản bội chúng ta như đã làm trong quá khứ."

"Như thế nào?"

"Cặp kính của ngươi là đủ," hắn nói.

Raphael quỳ xuống, đôi cánh ngừng đập và co lại. 'Không phải cái đó, bất cứ thứ gì trừ cái đó,' nàng hét lên. "Không có cặp kính này, ta không thể giúp ngươi và cũng không thể giúp ai cả."

"Các thiên thần đã giữ Rosalie ở đây chống lại ý muốn của nàng. Sử dụng nàng để tiếp cận ta. Các ngươi đã thay đổi ý định về những lời hứa đã đưa ra, hủy bỏ cuộc thử thách của ta..."

Cô chạm vào viền kính, rồi tháo chúng ra. Trong tay cô, cặp kính biến thành một con rắn đỏ, bò lên cánh tay E-Z và trườn lên, lên, lên.

"Cái quái gì vậy!" E-Z hét lên, khi con rắn tiếp tục trườn lên cổ anh. Qua mép cằm. Nó trườn qua đôi môi anh đang khép chặt. Lên và qua mũi anh ta. Rồi nó chia làm hai, quấn một đầu quanh mỗi tai. Sau đó trở lại trạng thái ban đầu, những chiếc kính mắt đập nhịp.

"Chiếc kính của tôi bây giờ là của các bạn – dù có chuyện gì xảy ra, đừng để The Furies lấy lại chúng. Nếu điều đó xảy ra, tất cả chúng ta sẽ bị hủy diệt."

"Chờ đã!" giọng nói từ tường vang lên. "Nếu các bạn thất bại thì sao? Dù sao các bạn cũng chỉ là trẻ con."

"Tôi không thể hứa thành công – nhưng chúng tôi sẽ làm hết sức mình. Nhưng sẽ tốt hơn nếu biết rằng, nếu chúng tôi cần sự giúp đỡ của các ông, các ông sẽ dùng sức mạnh của mình để giúp chúng tôi."

"Đồng ý," giọng nói vang lên.

E-Z trở lại chiếc xe lăn trong phòng, cặp kính đỏ nhấp nháy trên khuôn mặt.

"Cậu phải ngừng làm thế," Uncle Sam nói, đang dọn giường cho cháu trai. "Trước khi quên, Sam và tôi đã ghé thăm PJ và Arden hôm nay khi chúng tôi đi khám bệnh viện. Chúng tôi gặp bố của PJ; ông ấy đã cập nhật tình hình. Họ đang chia sẻ một phòng bệnh viện, nhưng tình trạng của cả hai vẫn không thay đổi."

"Cảm ơn, tôi định gọi cho họ. Được rồi, mọi người tập trung lại đây."

29

BƯỚC TIẾP THEO LÀ GÌ?

"Do bạn cần tôi ở lại không?" Sam ngập ngừng. 'Vì vợ tôi đang đợi tôi massage chân cho cô ấy. Em bé sắp sinh bất cứ lúc nào nên để cô ấy đợi là không được."

"À, đi đi, chăm sóc cô ấy đi,' E-Z nói. 'Tôi sẽ kể chi tiết sau."

Lia ôm Sam.

"Cảm ơn,' Sam nói khi đóng cửa lại.

Chuông cửa trước reo lên.

"Tôi ra đây!" Sam gọi, chạy về phía cửa trước.

"Anh ấy có nhiều việc phải làm," E-Z nói.

"Sẽ dễ dàng hơn khi em bé chào đời," Lia nói.

"Sẽ hỗn loạn hơn," Alfred nói. "Nhưng đừng lo lắng về điều đó bây giờ."

"Vậy, tin mới nhất là gì?" Lia hỏi.

"Hãy bắt đầu với những điều tích cực nếu có. Tôi hy vọng có một vài điều tốt," Alfred nói.

"Tin tốt là, tôi có một ý tưởng. Tin xấu là, tôi không biết liệu nó có hiệu quả với kẻ thù của chúng ta hay không. Họ được gọi là The Furies. Hai người đã từng nghe nói về họ chưa? Tôi biết tên đó từ thần thoại, và họ xuất hiện trong một số trò chơi."

Lia lắc đầu.

Alfred nói: "Tôi đã nghe nói về họ, nhưng đã lâu rồi. Tôi nghĩ chúng ta đã đọc về họ trong sách giáo khoa trung học, hồi đó. Tôi nhớ họ là những kẻ ác – có lẽ ba người? Và họ không phải là nữ thần sao? Tôi hình dung ra Medusa trong đầu. Họ có liên quan đến nhau không?"

"Họ còn tồi tệ hơn. Tồi tệ hơn nhiều vì có ba người," E-Z nói. "Khi tôi nôn mửa, đó là ngay sau lần gặp thứ hai với họ. Lần gặp đầu tiên là trong chuyến đi với Hadz và Reiki. Họ gọi đó là một cuộc trinh sát nhỏ. Đừng lo, chúng tôi đã ẩn mình, nhưng tôi học được nhiều điều. Họ đã thiết lập căn cứ ở Thung lũng Tử Thần.

"Như chúng ta nghi ngờ, chúng đang nhắm vào trẻ em. Trong thế giới game. Lia, cậu đã hỏi mục đích của chúng là gì... Đó là đẩy trẻ em đến bờ vực. Trẻ em cùng tuổi chúng ta, thậm chí còn nhỏ hơn.

"Khi chúng bắt được chúng, chúng cướp linh hồn của chúng. Và đưa vào những Soul Catchers dành cho người khác. Vì vậy, khi chúng chết, linh hồn của chúng không có nơi nào để đi."

"Điều đó thật tàn ác!" Lia nói.

"Vậy khi chủ nhân thật sự của những chiếc Soul Catcher chết, linh hồn của họ sẽ ra sao? Ý tôi là nếu linh hồn của họ không có nơi nào để đi – không nhà, không thiên đàng – thì họ sẽ ra sao?" Alfred hỏi.

"Đó chính là vấn đề. Họ không có nơi an nghỉ vĩnh hằng – nên khi họ chết, họ chỉ lang thang vô định. Đó là tóm tắt ngắn gọn. Và chúng ta phải ngăn chặn The Furies, và phải làm ngay."

"Họ lấy linh hồn của trẻ em như thế nào? Tôi không hiểu," Lia hỏi.

"Tôi cũng không," Alfred nói. "Trẻ em, đặc biệt là những đứa trẻ chơi game, rất thông thạo công nghệ. Làm sao chúng tự đặt mình vào tình thế nguy hiểm? Làm sao The Furies có thể tiếp cận chúng trong chính ngôi nhà của mình, ngay dưới mũi cha mẹ chúng?" Anh suy nghĩ một lúc, "Liệu họ có phải là nguyên nhân khiến PJ và Arden rơi vào trạng thái hôn mê?"

"Được rồi, câu hỏi của Lia trước. The Furies trừng phạt những kẻ không bị trừng phạt – đó luôn là mục đích của chúng. Vũ khí chính của chúng luôn là sự hối hận. Chúng khiến người ta cảm thấy có lỗi. Để hối hận vì đã làm điều sai trái. Và khi chúng làm điều đó, chúng kiểm soát họ. Chúng khiến họ phát điên, tự hủy hoại bản thân.

"Tôi đã kể cho cậu về đứa trẻ đến nhà tôi và cố bắn tôi? Nó nói có ai đó trong trò chơi bảo nó sẽ giết gia đình nó nếu không giết tôi. Chúng khiến nó tấn công tôi vì những hành động nó thực hiện trong trò chơi. Phải nhờ Eriel gợi ý tôi mới nhận ra mối liên hệ. Lúc đó thấy kỳ lạ nhưng không nhận ra ngay.

"Đó là cách họ làm. Một đứa trẻ chơi trò chơi và để tiến xa trong trò chơi, nó phải giết ai đó, thậm chí là giết hàng loạt, hoặc, à, anh hiểu ý tôi mà. Trong thế giới thực, những điều đó là tội lỗi và vi phạm pháp luật, nhưng trong trò chơi, chúng là một phần của gameplay. Với hầu hết các trò chơi, đó là mục đích duy nhất."

"Chờ đã," Alfred nói. 'Anh đang nói với tôi rằng họ đang trừng phạt trẻ em trong trò chơi như thể chúng đã phạm tội giết người trong đời thực sao?"

"Đúng vậy,' E-Z nói. "Đó chính xác là điều họ đang làm. Cách họ sử dụng ngành công nghiệp trò chơi để biện minh – không, tôi không nghĩ đó là từ đúng. Tôi muốn nói là để dung túng cho hành động của họ trong việc chiếm đoạt linh hồn của trẻ em."

Lia nắm chặt hai tay thành nắm đấm. Rồi cô dùng chúng che tai như không muốn nghe thêm. "Anh nói đúng, E-Z. Chúng ta không còn lựa chọn – chúng ta nhất định phải ngăn chặn những phù thủy đó. Càng sớm càng tốt."

"Tôi biết," E-Z nói, "nhưng điều đó sẽ không dễ dàng. Họ là những nữ thần, còn được gọi là The Daughters of Darkness và Erinyes. Mục đích hàng đầu của họ là trừng phạt những kẻ ác, và trong phạm vi của một trò chơi – tất cả mọi người đều là kẻ ác. Đó là cách duy nhất để tiến bộ trong trò chơi."

"Anh đã nói có kế hoạch, vậy là gì?" Alfred hỏi.

"Đầu tiên, về câu hỏi của anh về PJ và Arden. câu trả lời là có. Nhưng tôi đã hỏi Raphael xem cô ấy có thể xác nhận không. Cô ấy nói rằng cô ấy không thể khẳng định chắc chắn. Bởi vì The Furies chưa bao giờ – theo kiến thức của họ – từ bỏ việc cướp linh hồn. Chưa kể, hai linh hồn.

"À, còn một điều nữa tôi phải nói với anh là, ở Thung lũng Tử Thần, có hàng nghìn Soul Catchers. Có thể hơn hàng nghìn và số lượng đang tăng lên mỗi ngày. Chúng trải dài đến tận chân trời." Anh dừng lại, như trái tim đang đập trong cổ họng và lau đi một giọt nước mắt.

"Thật khó khăn khi chứng kiến điều đó. Những gì họ đang làm là có chủ ý, có tính toán. Nhưng điều tôi không hiểu là, họ được gì từ việc đó. Ý tôi là, Hadz và Reiki đã đúng khi đưa tôi đến đó để chứng kiến. Nếu họ chỉ nói mà không cho tôi thấy... nó sẽ không tác động mạnh đến tôi như vậy. À, và Raphael nói họ đang tăng số lượng linh hồn bắt mỗi ngày. Vì vậy, chúng ta không có nhiều thời gian để ngồi suy nghĩ. Chúng ta cần một kế hoạch và phải hành động."

"Họ có phải là con người không?" Alfred hỏi.

"Đúng, chúng ta ngang hàng về mặt đó," E-Z nói. "Vậy, kế hoạch tôi nghĩ ra là tạo ra một trò chơi của riêng chúng ta. Uncle Sam có thể giúp. Khi tôi chơi để khoe thành tích giết chóc, The Furies sẽ đến bắt tôi. Khi họ đến, chúng ta sẽ bắt họ và giết họ trong trò chơi.

"Tôi nghĩ sức mạnh của họ có thể suy yếu trong trò chơi. Nhưng rồi tôi nghĩ – nếu sức mạnh của tôi cũng suy yếu thì sao?"

"Chúng ta sẽ không biết cho đến khi quá muộn," Alfred nói.

"Đúng vậy. Càng nghĩ, ý tưởng đó càng không hiệu quả. Chưa kể, nếu họ có PJ và Arden, bị kẹt trong limbo, cho đến khi họ mất kiểm soát... Họ có thể lấy linh hồn của họ. Và chúng ta sẽ mất họ."

"Ý anh là đó có thể là một cái bẫy?" Lia hỏi.

"Đúng vậy."

"Anh đã cho chúng ta nhiều điều để suy nghĩ," Alfred nói. "Tôi nghĩ chúng ta nên ngủ một đêm, suy nghĩ kỹ và nói chuyện lại vào ngày mai."

"Tôi không chắc mình có thể ngủ được," Lia nói, 'nhưng tôi đồng ý, hãy nghỉ ngơi. Tôi cần thời gian để suy nghĩ về mức độ nguy hiểm mà chúng ta sẽ phải đối mặt. Chúng ta phải đảm bảo rằng chúng ta sẽ luôn hỗ trợ lẫn nhau."

"Được thôi,' E-Z nói. "Trong khi đó, tôi sẽ xem có thể nghĩ ra một Kế hoạch B không."

Lia rời khỏi phòng và đóng cửa lại.

"Tôi tự hỏi ai vừa đến cửa trước?" E-Z hỏi.

"Chúng ta có thể hỏi Sam vào sáng mai, anh ấy chắc vẫn bận chăm sóc chân vợ."

Họ cười. 'Nghe có vẻ hay,' E-Z. "Chúc ngủ ngon Alfred."

"Chúc ngủ ngon E-Z."

30
Em bé, em bé

"Em bé đang chào đời!" Sam hét lên vài giờ sau đó.

Trên đường đi xuống hành lang, anh nắm tay Samantha bằng một tay. Một túi xách qua đêm được đeo trên vai anh. Anh nắm lấy chìa khóa xe.

"Em không lái xe đâu, anh yêu," Samantha nói, đặt chìa khóa trở lại lên quầy.

E-Z bước ra hành lang. "Các anh muốn đi cùng không?"

"Em ổn mà," Samantha nói. 'Lia vẫn đang ngủ say."

"Em sẽ đánh thức cô ấy và chúng ta sẽ gặp anh ở bệnh viện, được không?"

Lia liếc nhìn qua vai, 'Em đã gọi taxi rồi. Anh ấy không lái xe."

Sam mỉm cười, 'Cô ấy là sếp mà."

"Gặp lại sau,' E-Z nói. "À mà, ai là người ở cửa tối qua?"

"Là Rosalie. Cô ấy mệt quá, nên chúng tôi đưa cô ấy vào phòng khách."

"Được rồi, cảm ơn," E-Z nói.

Khi anh lăn xe dọc hành lang đến phòng Lia, tự hỏi Rosalie đang làm gì ở đó, anh gõ cửa.

"Là anh đây, Lia," anh nói. "Mẹ và chú Sam đang trên đường đến bệnh viện. Em bé sắp chào đời!"

Tiếng động lớn vang lên trước, rồi Lia mở cửa. Đèn bàn bên giường cô nằm trên sàn. "Em sẽ ra ngay," cô nói. Cô đóng cửa lại.

Anh di chuyển đến phòng khách. Anh nhìn vào và Sam nói đúng, Rosalie đang ngủ say. Anh quay về phòng mình, thay quần áo và cố không đánh thức Alfred. Vịt không được phép vào bệnh viện nên đánh thức anh ta sẽ là điều tàn nhẫn – anh ta sẽ cảm thấy bị bỏ rơi. Anh viết một mảnh giấy nói Rosalie đang ngủ trong phòng khách và bảo anh ta trông nom cô ấy cho đến khi họ trở về. Hãy bảo cô ấy tự nhiên như ở nhà, anh viết. Anh để mảnh giấy đó để Alfred không bỏ lỡ khi anh ta thức dậy.

E-Z đóng cửa lại và khóa cẩn thận, rồi anh và Lia lên taxi đang chờ và đi đến bệnh viện.

Họ theo biển chỉ dẫn và nhanh chóng tìm thấy khoa sơ sinh. Sam đang ở đó, đi qua đi lại như những người cha sắp làm cha trên truyền hình.

"Anh ổn không?" E-Z hỏi.

"Mẹ em thế nào?" Lia hỏi.

"Cảm ơn hai người đã đến," Sam nói. Tay anh run rẩy khi cố uống nước từ chai. "Samantha đang rất ổn. Ý tôi là, cô ấy đã trải qua điều này trước đây với Lia, nên cô ấy biết phải làm gì. Còn tôi... Tôi không biết mình có thể chịu đựng được không. Khóa học chúng ta tham gia để chuẩn bị cho ngày hôm nay rất tốt – nhưng thực tế hoàn toàn khác. Tôi ghét bệnh viện."

"Ai cũng ghét bệnh viện," E-Z nói. 'Nhưng khi họ bước qua cánh cửa xoay đó. Và nói rằng bạn cần phải vào... Thì bạn phải bình tĩnh lại và vào trong giúp vợ mình. Hãy nhớ rằng chúng ta là một đội, cùng nhau vượt qua. Bạn có thể làm được!' Anh vỗ nhẹ vào lưng chú mình.

"Tôi biết."

Lia đặt đầu lên vai Sam. "Bạn sẽ làm tốt mà."

Một y tá đến. "Vợ anh cần anh. Sẽ không lâu nữa đâu. Tôi sẽ đưa anh đi rửa tay, sau đó anh có thể ở bên vợ khi chúng tôi đưa cô ấy xuống."

Sam gật đầu và đi vào.

Ánh mắt cuối cùng của anh khiến E-Z nhớ đến ai đó đang đứng trước đội hành quyết.

"Anh ấy sẽ ổn thôi," Lia nói, vỗ nhẹ tay E-Z.

Mấy giờ sau, Sam quay lại với nụ cười rạng rỡ trên khuôn mặt. "Tôi có thêm một cô con gái," anh nói, "và một cậu con trai!"

"Hai em bé?" Lia và E-Z đồng thanh.

"Đúng, hai em. Chúng ta chỉ thấy một em trên siêu âm."

"Mẹ em thế nào?"

"Bà ấy tuyệt vời! Thật đáng kinh ngạc!"

"Chúng ta có thể gặp bà ấy không? Và hai em bé?"

"Hãy cho họ vài phút để chuẩn bị. Sau đó các con có thể gặp anh trai và em gái của mình, Lia, và E-Z có thể gặp các anh chị em họ của mình."

"Các anh đã nghĩ ra tên cho chúng chưa?" E-Z hỏi.

"Có, nhưng chúng tôi sẽ nói cho các con cùng lúc."

"Được thôi," E-Z nói.

"Hai em bé, trong ngôi nhà đó – với tất cả những người khác," Lia nói.

"Tôi cũng đang nghĩ vậy. Chúng ta đã có một ngôi nhà đầy đủ... nhưng chúng ta sẽ xoay xở được. Chúng ta luôn làm được."

Họ ngồi lại cùng nhau và chờ đợi.

31 END

Weeks sau đó, ngày 17 tháng 1 đã đến. Giáng sinh đã qua đi với tất cả sự lộng lẫy và hoành tráng như thường lệ, và năm mới cũng được đón chào theo cách tương tự. E-Z đã thêm một tuổi, tròn 16 tuổi, và cả nhóm bạn đang tụ tập trong phòng của anh. Charles Dickens cũng tham gia cùng họ qua Facetime.

Ở cuối hành lang, cặp song sinh Jack và Jill đang gây ồn ào. Sam và Samantha vẫn đang làm quen với thói quen của những thành viên mới. Không ai trong nhà được ngủ ngon, cho đến khi họ mở quà Giáng sinh. E-Z, Lia và thậm chí Alfred đều nhận được tai nghe chống ồn.

E-Z đã nghĩ ra những cách khác để đánh bại The Furies. Ngoài ý tưởng truy đuổi họ trong trò chơi, ít có lựa chọn nào khác xuất hiện.

Trong khi những người khác đang ngủ, anh đã có vài cuộc trò chuyện với Charles trực tuyến. Charles cho rằng đánh bại chúng trong chính trò chơi của chúng sẽ là "hoàn toàn ngầu".

E-Z hơi lo lắng về những cụm từ khác mà những người phát hiện ra Charles đang dạy anh ta. Cùng nhau, họ quyết định thông báo cho nhóm về cuộc thảo luận của họ về cách tiến hành ý tưởng chơi game.

"Đơn giản thôi," Charles Dickens nói. "E-Z và tôi đã nói chuyện qua điện thoại hôm qua và chúng tôi đã nghĩ ra cách có thể hiệu quả. Nếu họ có thông tin về The Three – tức là các bạn đang xuất hiện khắp mạng – họ sẽ biết về các bạn. Nhưng họ không biết về tôi.

"Không phải là họ sợ tôi. Mặc dù Edward Bulwer-Lytton từng viết, 'bút mạnh hơn gươm.' Trong trường hợp này, tôi hy vọng điều đó là đúng.

"Vậy nên, tôi đã tập luyện với bạn bè là những người dùng máy dò kim loại. Chúng tôi nghĩ trò chơi tốt nhất để lôi kéo họ là một trò chơi đã có sẵn. Và chúng tôi nghĩ mình đã biết trò chơi hoàn hảo.

"Trò chơi đó gọi là The PK Crew. Độ tuổi khuyến nghị là 13+ hoặc 12+ ở một số nơi và nó miễn phí. Mục tiêu của trò chơi là giết tất cả mọi người, bao gồm cả gia đình và bạn bè của bạn. Bạn sẽ được thưởng cho mỗi lần giết, nhưng khi giết những người thân thiết, bạn sẽ nhận được nhiều điểm hơn. Nhiều tiền hơn. Thậm chí là danh tiếng trong trò chơi. Hình ảnh của bạn sẽ xuất hiện trên PK TV. Trên trang nhất của báo The Peachy Keen Times. Trò chơi diễn ra trong một thị trấn hư cấu tên Peachy Keen. Đó là cái bẫy hoàn hảo – và đó là trò chơi chúng ta sẽ tự phát hành. Tôi sẽ chơi vai một cậu bé 12 tuổi, họ sẽ vào trò chơi và các bạn đã ở trong đó."

"Sẽ an toàn thôi," E-Z nói, 'Ý tôi là, bạn đã chết – ý tôi là trong kiếp trước – nên họ không thể giết bạn."

Có tiếng gõ cửa, 'Cửa mở," E-Z nói.

Lia nhảy lên và ôm chầm lấy Rosalie. "Thật vui khi thấy bạn tỉnh dậy," cô nói khi ôm chặt vào chiếc áo len dày của bạn mình.

Rosalie đã trở thành một phần quan trọng của đội. Tuy nhiên, cô chỉ được phép ở lại với họ thêm một ngày nữa. Sau đó, cô phải quay trở lại trại trẻ.

Khi cô đi qua phòng để ngồi xuống, cô vỗ nhẹ lên đầu Alfred, con thiên nga. Tất cả họ đã trở thành bạn thân từ khi cô đến trước khi các em bé đến.

"Tôi có vài điều muốn nói với các bạn. Trước tiên, cảm ơn vì đã đón tiếp tôi nồng hậu. Thật tuyệt vời được gặp các bạn và cảm ơn vì đã cho tôi cảm giác là một phần của đội."

"Ahhhhh," Lia nói.

"Điều tôi cần nói là, tôi đã viết trong một cuốn sách về những đứa trẻ khác có sức mạnh đặc biệt như các bạn. Nó ở trong ngăn kéo bàn cạnh giường của tôi. Lần sau khi các bạn đến thăm, tôi sẽ đưa cho các bạn để các bạn có thể đi tìm những đứa trẻ khác giúp các bạn đánh bại The Furies."

"Chúng ta cần mọi sự giúp đỡ có thể," Lia nói.

"Raphael và Eriel nghĩ họ có thể giúp các bạn, đó là lý do họ muốn tôi cung cấp chi tiết. Đó là lý do tôi ghi lại – để không quên bất kỳ điều gì quan trọng."

"Đó là lý do Raphael và Eriel kéo bạn vào phòng trắng?" E-Z hỏi.

"Có và không. Ý tôi là có. Họ biết về những đứa trẻ khác. Nhưng không, họ không trực tiếp yêu cầu tôi giao thông tin về chúng. Tôi biết những đứa trẻ này quan trọng với các bạn và nếu không có chúng, các bạn không thể đánh bại The Furies."

"Bạn biết gì về The Furies?" Alfred hỏi.

Rosalie rùng mình và khoanh tay. "Tôi biết một vài điều về chúng. Chúng là ba chị em đáng sợ, quay trở lại Trái Đất để gây rắc rối."

E-Z nói: "Anh không đùa đấy chứ. Tôi đã tận mắt chứng kiến những thiệt hại mà chúng gây ra. Chúng ta đang lập kế hoạch. Nhưng hãy nói cho chúng tôi biết, những đứa trẻ khác đang ở đâu? Anh nghĩ chúng sẽ giúp chúng ta không? Đó là nếu chúng ta có thể tìm ra cách đưa chúng đến đây."

"Chúng là những đứa trẻ tốt, nhưng cậu phải hỏi chúng và cha mẹ chúng để xin phép. Một đứa ở bên kia thế giới ở Úc, một đứa ở Nhật Bản và đứa còn lại ở Hoa Kỳ, tại Phoenix, Arizona. Có thể còn những đứa khác, nhưng ba đứa này là những đứa duy nhất tôi đã liên lạc được cho đến nay," Rosalie nói.

"Mặt khác, đưa thêm trẻ em vào sẽ làm mọi việc phức tạp hơn," E-Z nói. "Hơn nữa, nếu chúng ta thất bại, sẽ không ai thay thế chúng ta. Có lẽ tốt nhất là chúng ta tự quản lý việc này với ít sự lộ liễu nhất có thể. Nếu chúng ta có thể làm được, tức là loại bỏ The Furies – tại sao lại kéo người khác vào? Người lạ? Tại sao lại mạo hiểm tính mạng của những đứa trẻ khác?"

"Không lâu trước đây, chúng ta đều là người lạ," Alfred nói.

"Tôi vẫn là người lạ – dù chúng ta có quan hệ họ hàng," Charles Dickens lên tiếng. "Nhưng tôi không phải một trong The Three. E-Z là người chỉ huy và tôi sẵn lòng làm bất cứ điều gì anh ấy cho là tốt nhất. Các thợ săn nói tôi là tân binh. Và điều đó đúng."

Rosalie nhìn cậu bé trên màn hình. "Chúng ta chưa được giới thiệu chính thức," cô nói. "Tôi là Rosalie và tôi chắc chắn mình là người mới hơn anh."

Charles cười. 'Tôi là Charles Dickens."

"Có liên quan gì đến Charles Dickens nổi tiếng không?' Rosalie hỏi.

"À, vâng, tôi là ông ấy – tái sinh."

Rosalie cười. "Tôi nghĩ mình đã nghe hết mọi thứ. Thôi, tôi rất vui được gặp anh, Charles."

Có tiếng gõ cửa mạnh ở cửa trước.

Một vài giây sau, tiếng bước chân mang giày ủng vang lên dọc hành lang, phớt lờ tiếng phản đối của Sam.

"Rosalie," người đàn ông to con nhất trong hai người nói qua cánh cửa đóng kín. 'Đã đến lúc trở về nhà. Cô cần thuốc, nên ra đây ngay, nếu không chúng tôi sẽ phải vào trong."

Rosalie đứng dậy, 'Có vẻ như tôi đã nói cho anh biết mọi thứ anh cần biết và đúng lúc." Cô bước đến cửa, mở ra và ra ngoài cùng các nhân viên y tế.

Trong xe cứu thương, một phút sau, rồi vào phòng trắng. Kệ sách và sách vở vẫn như cũ, nhưng mùi hương đã khác. Trước đây không có mùi gì, nhưng bây giờ, mùi thật kinh khủng. Hôi thối. Ghê tởm. Như mùi thuốc tẩy và trứng thối.

Qua tường, ba người phụ nữ mặc toàn bộ từ đầu đến chân bằng màu đen bước vào. Thay vì tóc, họ có rắn. Và nhiều con rắn bò lên xuống cánh tay họ. Họ lao về phía cô. Cánh dơi của họ tương phản với sự tinh khiết và trắng tinh của căn phòng. Máu bọt bắn ra từ mắt họ, khi họ quất roi về phía cô.

Và mùi hôi thối của họ không thể chịu đựng được.

"Hãy nói cho chúng ta biết điều chúng ta muốn biết," ba nữ thần Furies quát lên đồng thanh.

"Tôi không biết các người đang hỏi gì," Rosalie nói, bịt mũi.

ĐỐT.

Tiếng roi quất vào má bà lão. Khi bà chạm vào mặt, tay bà đầy máu.

"Ngươi biết mà," Allie nói, trong khi cô và các chị em của mình lại quất roi xung quanh bà lão.

"Ta không biết các ngươi đang nói gì."

Một kệ sách đổ sập. Nếu không có cái thang di chuyển nhanh, Rosalie đã bị đè bẹp dưới nó.

RẦM.

Tôi đang mơ, Rosalie nghĩ. *Tôi phải tỉnh dậy. Tôi phải tỉnh dậy NGAY LẬP TỨC và thoát khỏi những sinh vật kinh tởm này.*

Một kệ sách khác đổ xuống.

Rồi một cái nữa. Và một cái nữa.

Chẳng bao lâu, chiếc thang cũng chạm đất và bật lên. Một lần, hai lần, ba lần. Rồi vỡ tan thành từng mảnh.

"Ôi không!" Rosalie hét lên.

"Mày sẽ nói cho chúng ta biết, em yêu," Tisi đòi hỏi, khi cô ta nhấc người phụ nữ già khỏi mặt đất, những cánh tay rắn của cô ta quấn quanh người bà.

Chân Rosalie lủng lẳng nguy hiểm. Trong khi những con rắn siết chặt vòng tay quanh phần trên cơ thể bà.

"Cẩn thận, chị ơi, chị sẽ làm cô ấy chết vì đau tim," Meg la lên, tiến gần Rosalie. "Cho chúng tôi thứ chúng tôi muốn, em yêu."

"Tôi sẽ không nói cho các người biết, bất kể các người làm gì với tôi," Rosalie nói.

Cô ấy thật dũng cảm. Bởi vì cô biết mình không đơn độc. Lia đang ở đó, lắng nghe.

"Đây là một sự lãng phí thời gian hoàn toàn," Allie nói khi cô phóng một cây roi vào không trung và đánh sập cả một bức tường kệ sách. Một vài cuốn sách có cánh cố gắng thoát ra khỏi kệ. Một cuốn cố bay bằng cánh còn lại.

Tisi quay về phía tường xa và đốt cháy những cuốn sách. Chúng rơi xuống như domino, đè lên Rosalie đang bị chôn vùi dưới đống sách cháy.

Những Furies cười lớn và tự hào.

Rosalie gọi tên Lia trong tâm trí. Em ở đâu, Lia? cô hỏi. Em ở đâu, con bé?

Trở lại ngôi nhà, E-Z mở laptop. "Được rồi, chúng ta đã có thời gian suy nghĩ. Tất cả đồng ý rằng chúng ta không còn lựa chọn nào khác ngoài việc chiến đấu với The Furies?"

Lia và Alfred gật đầu.

"Và chúng ta cần đưa những đứa trẻ khác đến đây. Có ba chúng ta và ba chúng. Lia, em đi đến Phoenix – Little Dorrit có thể đưa em đi hoặc em có thể bay bằng máy bay."

"Em thích Little Dorrit hơn."

"Được rồi, đứa trẻ đầu tiên đã ổn. Tuy nhiên, chúng ta không biết tên cô bé hay cô bé đang ở đâu tại Phoenix, Arizona. Và em cần phải xin phép bố mẹ cô bé. Điều này sẽ không dễ dàng vì em phải cho họ biết con họ sẽ đối mặt với nguy hiểm gì."

"Ừ, tôi sẽ phải lấy thêm thông tin từ Rosalie."

"Alfred, anh có thể đi Nhật Bản. Tôi đề nghị anh bay – chúng ta sẽ phải sắp xếp logistics. Anh sẽ phải bay về cùng đứa trẻ nếu bố mẹ nó đồng ý. Lại một lần nữa, chúng ta cần thông tin chi tiết từ Rosalie về vị trí của đứa trẻ. Và sẽ có rào cản ngôn ngữ, trừ khi anh biết tiếng Nhật?"

Alfred lắc đầu.

"Tôi sẽ thuê một thông dịch viên."

"Chúng tôi sẽ cung cấp cho anh một chiếc điện thoại và anh có thể cài đặt ứng dụng dịch thuật. Sẽ có một khoảng thời gian làm quen," E-Z nói. "Đặc biệt là vì anh không có ngón tay."

"Nghe có vẻ ổn," Alfred nói. "Tôi sẽ phải bắt đầu làm quen với điện thoại ngay lập tức. Chắc không mất nhiều thời gian để làm quen. Trong thời gian đó, Rosalie có thể nói với đứa trẻ rằng tôi là một con thiên nga – để chúng không ngã quỵ khi lần đầu thấy tôi."

"Ý kiến hay đấy," Lia nói. 'Nhưng anh sẽ gõ như thế nào?"

"Tôi có thể dùng mỏ."

"Hoặc một chương trình điều khiển bằng giọng nói,' E-Z nói.

"Hay đấy," Lia và Alfred đồng thanh.

"Và tôi sẽ bay đến Úc. Tôi sẽ bắt máy bay về cùng đứa trẻ, nhưng sẽ nhanh hơn nếu tôi đi thẳng đến đó. À, còn một điều nữa, chúng ta cần nghĩ ra một cửa thoát hiểm cho mình. Phải có cách để thoát ra – trong trường hợp một hoặc nhiều người trong chúng ta bị bắt, bị giết hoặc bị thương. Chúng ta phải chuẩn bị cho mọi tình huống. Nếu chúng ta chết trước khi hoàn thành việc này, sẽ không còn ai để thu dọn tàn cuộc."

"Các thiên thần," Lia lắp bắp, rồi dừng lại. Cô run rẩy, rồi không thể thở được. Cô ôm chặt lấy mình.

"Em có sao không?" E-Z hỏi.

"Suyt," cô nói. Không có tiếng động nào trong phòng cũng như trong tâm trí cô, chỉ có sự im lặng tuyệt đối và hoàn toàn. Nhịp tim và hơi thở của cô dần trở lại bình thường.

"Chỉ là báo động giả," cô nói. 'Tôi nghĩ có gì đó không ổn, như thể tôi nhận được tín hiệu SOS, nhưng bây giờ mọi thứ đều ổn."

"Điều đó thường xảy ra không?' Alfred hỏi.

"Không," Lia nói.

"Được rồi, chúng ta bắt đầu brainstorming," E-Z nói. Và họ dành phần còn lại của ngày để lập danh sách, tập trung vào những điều có thể xảy ra và những điều có thể không.

Họ về phòng và đi ngủ.

Đó là một đêm bình yên đối với tất cả mọi người, trừ Rosalie.

Rosalie, người không ai nghe thấy tiếng nói.

Tiếng nói của cô không được đáp lại.

Không có ai đến giúp.

Căn phòng Trắng bị phá hủy.

Không ai đến cứu Rosalie.

Từ những nữ thần Furies độc ác.

E-Z 3 XONG

Kính gửi các độc giả,

Cảm ơn các bạn đã đọc cuốn thứ ba trong series E-Z Dickens... Tôi xin lỗi về kết thúc buồn, nhưng đôi khi những điều như vậy xảy ra.

Cuốn sách cuối cùng sẽ sớm được phát hành!

Một lần nữa, xin cảm ơn tất cả những người đã giúp tôi biến series này thành hiện thực, đặc biệt là các độc giả beta, biên tập viên và người hiệu đính. Xin gửi lời khen ngợi!

Đến bạn bè và gia đình của tôi, cảm ơn sự động viên và ủng hộ của các bạn.

Và như thường lệ, chúc các bạn đọc sách vui vẻ!

Cathy

Cathy

Cathy McGough Cô sống và làm việc tại Ontario, Canada cùng chồng, con trai, mèo và chó.

ETC!

TIỂU THUYẾT
TRẺ TRƯỞNG THÀNH
E-Z DICKENS SIÊU ANH HÙNG:
SÁCH THỨ TƯ: TRÊN BĂNG